D1771890

நிர்வாண நகரம்

கிழக்கு பதிப்பக வெளியீடுகளாக சுஜாதாவின் புத்தகங்கள்

மீண்டும் ஜீனோ
நிறமற்ற வானவில்
நில்லுங்கள் ராஜாவே
தீண்டும் இன்பம்
ஆஸ்டின் இல்லம்
அனிதாவின் காதல்கள்
நைலான் கயிறு
24 ரூபாய் தீவு
அனிதா இளம் மனைவி
கொலை அரங்கம்
கமிஷனருக்கு கடிதம்
அப்ஸரா
பாரதி இருந்த வீடு
மெரீனா
ஆர்யபட்டா
என் இனிய இயந்திரா
காயத்ரி
ப்ரியா
தங்க முடிச்சு
எதையும் ஒருமுறை
ஊஞ்சல்
ஓரிரவில் ஒரு ரயிலில்
மீண்டும் ஒரு குற்றம்
விக்ரம்
நில், கவனி, தாக்கு!
வாய்மையே சில சமயம்
வெல்லும்
ஆ..!
வசந்த காலக் குற்றங்கள்
சிவந்த கைகள்
ஒரே ஒரு துரோகம்
இன்னும் ஒரு பெண்
6961
ஜோதி
மாயா
ரோஜா
ஓடாதே
மேற்கே ஒரு குற்றம்
விபரீதக் கோட்பாடு
ஐந்தாவது அத்தியாயம்
மலை மாளிகை
விடிவதற்குள் வா
மூன்று நாள் சொர்க்கம்
பத்து செகண்ட் முத்தம்
கம்ப்யூட்டர் கிராமம்
இளமையில் கொல்
மேகத்தை துரத்தியவன்
ஒரு நடுப்பகல் மரணம்
நகரம்
இதன் பெயரும் கொலை
மண்மகன்
தப்பித்தால் தப்பில்லை
விழுந்த நட்சத்திரம்
முதல் நாடகம்
ஆட்டக்காரன்
ஜன்னல் மலர்
என்றாவது ஒரு நாள்
வைரங்கள்
மேலும் ஒரு குற்றம்
சொர்க்கத் தீவு
கனவுத் தொழிற்சாலை
ஆயிரத்தில் இருவர்
பதினாலு நாட்கள்
உள்ளம் துறந்தவன்
பிரிவோம் சந்திப்போம்
கரையெல்லாம் செண்பகப்பூ
இரண்டாவது காதல் கதை
நிர்வாண நகரம்
குருபிரசாதின் கடைசி தினம்
இருள் வரும் நேரம்
திசை கண்டேன் வான் கண்டேன்
ஆழ்வார்கள் - ஓர் எளிய அறிமுகம்
தேடாதே
விருப்பமில்லாத் திருப்பங்கள்
விருமபிச் சொன்ன பொய்கள்
கை
ஆதலினால் காதல் செய்வீர்
நூற்றாண்டின் இறுதியில் சில சிந்தனைகள்
அப்பா, அன்புள்ள அப்பா
மிஸ். தமிழ்த்தாயே, நமஸ்காரம்!
சிறு சிறுகதைகள்
வாரம் ஒரு பாசுரம்
வானத்தில் ஒரு மௌனத்தாரகை
கடவுள் வந்திருந்தார்
அனுமதி
ஓலைப் பட்டாசு
சேகர், சிங்கமய்யங்கார் பேரன்
கம்ப்யூட்டரே ஒரு கதை சொல்லு
டாக்டர் நரேந்திரனின் வினோத வழக்கு
நிஜத்தைத் தேடி
பாதி ராஜ்யம்
சில வித்தியாசங்கள்

நிர்வாண நகரம்

சுஜாதா

கிழக்கு

நிர்வாண நகரம்
Nirvana Nagaram
by Sujatha
Sujatha Rangarajan ©

Kizhakku First Edition: December 2010
160 Pages
Printed in India.

ISBN 978-81-8493-618-6
Title No. Kizhakku 598

Kizhakku Pathippagam
177/103, First Floor,
Ambal's Building, Lloyds Road,
Royapettah, Chennai 600 014.
Ph: +91-44-4200-9603
Email : support@nhm.in
Website : www.nhm.in

Cover Image : Shutterstock

Kizhakku Pathippagam is an imprint of New Horizon Media Private Limited

This book is sold subject to the condition that it shall not, by way of trade or otherwise, be lent, resold, hired out, or otherwise circulated without the publisher's prior written consent in any form of binding or cover other than that in which it is published and without a similar condition including this the rights under copyright reserved above, no part of this publication may be reproduced, stored in or introduced into a retrieval system, or transmitted in any form or by any means (electronic, mechanical, photocopying, recording or otherwise), without the prior written permission of both the copyright owner and the above-mentioned publisher of this book.

"வேலையின்றி, தைரியமின்றி, பணமின்றி, ஒரு பெண்ணைக் காதலிக்க மார்க்கமின்றி, கோபிக்கத் திராணியின்றி, அப்பா அம்மா இன்றி, இந்த நிமிஷம் இறந்துபோனால் ஒரு சொட்டுக் கண்ணீர் விட நண்பர்கள் இன்றி...நான் ஒரு பரிபூர்ண Nonperson."

முன்னுரை

'நிர்வாண நகரம்' திரு சாவி அவர்கள் தினமணி கதிர் பத்திரிகையிலிருந்து வந்து குங்குமம் பத்திரிகையின் ஆசிரியராக பொறுப்பேற்றபோது அந்தப் பத்திரிகையில் எழுதப்பட்டது. இதன் கதாநாயகனின் பெயர் சிவராஜ். எனக்குப் பிற்காலத்தில் சில வாசகர் கேள்விகளை எழுப்பியது. சாவி அவர்கள் ஒவ்வொரு முறை பத்திரிகை தாவும்போதும், அவருக்குத் தொடர்கதை எழுதித் தந்திருக்கிறேன். தினமணி கதிரில் 'ஜேகே', குங்குமத்தில் 'நிர்வாண நகரம்', சாவியில் 'நில்லுங்கள் ராஜாவே'. எப்போதும் என் எழுத்தை விரும்பியவரை இந்தப் புத்தகத்தின் ஐந்தாவது பதிப்பு வரும்போது நினைவு கொள்கிறேன். இவ்விதத்தில் அவர் பல எழுத்தாளர்களை ஊக்குவித்திருக்கிறார்.

சுஜாதா
சென்னை
மார்ச், 2004

1

மே மாதம் சென்னைக்கு ஜுரம் வந்து 104, 105 என்று எகிறியிருந்தது. கடல் காற்று, வேலை நிறுத்தம் செய்திருந்தது. தார்ச்சாலைகளின் மாய ஈரத்தில் போக்குவரத்து நடனமாடியது. ஏ.ஸி. தியேட்டர்களில் ஓட்டைப் படங்கள் விழாக் கொண்டாடின. தந்தி பேப்பரில் சிலர் 'கருகி'ச் செத்தார்கள்.

அண்ணா சாலையில் சமீபத்தில் நடப்பட்ட அந்த ஒன்பது மாடிக் கட்டடத்தின் ஒன்பதாம் மாடியில் ஒரு பகுதியில் இருந்த அலுவலகத்திலிருந்து சிவராஜ் தன் புத்தகங்களையும் ஃப்ளாஸ்க்கையும் சேகரித்துக் கொண்டு புறப்பட ஆயத்தமானான். ஜன்னலுக்கு வெளியே சென்னை நகரம். தூரத்தில் உப்புக் கரைத்த நீலப்படுதா. மவுண்ட் ரோட்டில் கார் பம்புகள். வானோக்கிக் குத்தும் டெலிவிஷன் அம்பு.

'சிவராஜ் கிளம்பிட்டிங்களா? அர்ரியர்ஸ் எல்லாம் நாளைக்கு வாங்கிக்கிடுங்க.'

'ஏன் சார்?'

'அந்தப் பொண்ணு மெட்டர்னிட்டில இருந்து வந்துடுச்சு. உங்க டெம்ப்ரரி வேலை நாளையில் இருந்து முடிஞ்சுடறது. உங்களோட வேலை செஞ்சதில் எங்க எல்லாருக்கும் சந்தோஷம்...'

‘வேற யாராவது கிளார்க்குகள் கர்ப்பமா இருக்காங்களா சார்?’

‘ஒருத்தரையும் பார்த்தாத் தெரியலை. தெரிஞ்சா சொல்லி அனுப்பறேன்... அப்புறம் சீட்டுக் கட்டில் அந்த டிரிக் காட்டினீங்களே அன்னிக்கு, அது எப்படி செய்யறதுன்னு சொல்லியே தரலையே?’

‘அடுத்த தடவை வேலை குடுங்க, சொல்லித் தரேன்.’

லிஃப்டுக்காக காத்திருக்கும்போது அண்டை அலுவலகத்திலிருந்து ஒரு பெண் சேர்ந்துகொண்டாள். அவள் செண்ட்டின் வாசனை சிவராஜுக்குப் பழகியிருந்தது. உதட்டோரத்தில் ஒரே ஒரு தடவை சிரிக்கக் கூடச் சிரித்திருக்கிறாள். பனியன் அணிந்து சூயிங்கம் மென்று கொண்டு கையில் பன்ச் கார்ட் அடுக்கு ஒன்று வைத்திருந்தாள். இன்று சிவராஜை அலட்சியமாகப் பார்த்தாள். ‘நாளைக்கு வேலை போகப் போகிறது’ என்று அவளுக்குத் தெரியுமோ என்னவோ!

லிஃப்ட் வந்து ஒரு வெளிச்ச அம்பு பளிச்சிட வாசல் திறந்துகொண்டது. இருவரும் நுழைந்துகொண்டு ‘ஜி’யை அழுத்த மௌனமாக வயிற்றைக் கவ்விக்கொண்டு லிஃப்ட் இறங்கியது. அந்தப் பெண் அந்த இடத்தில் சிவராஜே இல்லை போல மேல்பார்வை பார்த்துக்கொண்டே மென்று கொண்டிருக்க சிவராஜ் புதுக்கவிதை செய்தான்.

லிஃப்டில் நுழைந்து
இறங்குகையில்
நானும்
ஒரு பன்ச் கார்ட்
பெண்ணும் தனியே
அவளைக்
‘காதலிப்பதா...
கற்பழிப்பதா’ என்று
யோசிப்பதற்குள்
கீழே
வந்து
வெளியே சென்றுவிட்டாள்.

சிவராஜ் வெளியே வந்தான். கவிதை மனசில் நின்று கொண்டிருந்தது. ‘கணையாழி’க்கு அனுப்பவேண்டும். பசித்தது. மெதுவாக பிளாட்பாரத்தில் நடந்தான்.

'இன்ப வெறியூட்டும் இரண்டாவது வாரம்' என்றாள் போஸ்டர் நங்கை. ஒரு பொதுக்கூட்டத்தில் ராமு என்கிற ஆடு கலந்து கொள்ளப் போவதாக நோட்டீஸ் ஒட்டியிருந்தது. தபாலாபீசின் வாசலில் நடைபாதை பூராவும் ஊழியர்கள் கோரிக்கைகள் நிரம்பியிருந்தன. சாகும்வரை உண்ணாவிரதம் இருக்கும் தலைவர் டிபன் சாப்பிடப் போயிருந்தார். ஜனத்திரள் இப்போது ஏறக்குறைய சிவராஜின்மேல் அடிக்கடி இடித்துக்கொண்டும் நகர்த்திக் கொண்டும் செல்ல, 'அன்புள்ள சென்னை மகாஜனங்களே! உங்களில் எத்தனை பேருக்கு சதுரங்கத்தில் சிஸிலியன் டிஃபென்ஸ் தெரியும்? எத்தனை பேருக்கு பந்துவராளிக்கும் காமவர்த்தினிக்கும் வித்தியாசம் தெரியும். எத்தனை பேர் எக்ஸுபரியின் 'ஃப்ளைட் டு அர்ராஸ்' படித்திருக்கிறீர்கள்?'

சுரங்கப் பாதையில் இறங்குகையில் சிவராஜ் தன் பெயரின் ஒலிக்குறிப்புகளை மாற்றி மாற்றி சிவராஜ்... சிவராஜிராவ் ... ஜீவ ராசி... என்று அமைத்து யோசித்தான்.

ஹோட்டலில் நுழைவதற்கே தாமதமாயிற்று. நாற்காலி மேஜைகள் எல்லாம் ஜனங்கள் நிரம்பி வழிந்து போண்டா சாப்பிட்டுக் கொண்டிருந்தார்கள். இடைவெளிகள் எல்லாம் பலர் நின்றுகொண்டு, சாப்பிட்டவர்கள் நகரக் காத்துக் கொண்டிருந் தார்கள். சிவராஜ் ஒரே ஆளின்மேல் குறி வைத்து அவன் சாப்பிட்டுக் காலி பண்ணக் காத்திருந்தான். மசால் தோசை சாப்பிட்டவன் கையோடு பஜ்ஜி கொண்டுவரச் சொன்னான். எண்ணெய்டா எண்ணெய்! பஜ்ஜிக்கப்புறம் பசி அடங்காமல் காராசேவை கொண்டுவரச் செய்து அதை ஒற்றை ஒற்றையாகச் சாப்பிட்டான். 'நபும்சகனே! காப்பி ஆர்டர் செய்யேன்.'

சிவராஜுக்கு அப்புறம் வந்தவர்கள் எல்லாம் உட்கார்ந்து பேசி காப்பி சாப்பிட்டு பில் கொடுத்துவிட்டுப் போய்விட்டார்கள். என் ஜாதக ராசி இது. சினிமா இன்டர்வெல்லில் எனக்கு முன்னால் நிற்பவன் மட்டும்தான் குடம் குடமாக மூத்திரம் போவான்!

'என்ன சார் வேணும்?' 'என்ன இருக்கு?' சர்வர் வெளியே பார்த்துக்கொண்டே பட்டியலை ஒப்பிக்க சிவராஜ் அவன் தன்னை விசாரிக்கக் காத்திருந்தான். அருகில் உட்கார்ந்தவனிடம் ஆர்டர் வாங்கிக்கொண்டு அவன் கிளம்ப சிவராஜ் அவனைக் கூப்பிட இந்த டேபிளில் பாதிதான் அவன் ட்யூட்டியாம். இன்னொருத்தன் வருவானாம்!

அருகில் இருந்தவன்...

'ஜெயா நீ ஜெயிச்சுட்டே. ஸ்ரீகாந்த் காதலி சான்ஸ் யாருக்கு' என்று இரைந்து மாலை பேப்பர் படித்துக்கொண்டிருக்க... சிவராஜ் 'காற்று' என்ற ஒல்லியான பத்திரிகையை எடுத்துப் படிக்க ஆரம்பித்தான்.

ஒரே ஒரு காப்பி சாப்பிட்டுவிட்டு வர ஐம்பது நிமிஷம் ஆயிற்று. வெளியே வந்து பஸ் பிடித்து வனஜாவைப் பார்க்கச் சென்றான்.

வனஜா மாம்பலத்தில் இருந்தாள். எப்போதாவது தைரியம் வந்து, எப்போதாவது அவனுக்கு ஸ்திரமான வேலை கிடைத்து, வனஜாவை கூட்டமில்லாத நல்ல ரெஸ்டாரண்டுக்கு அழைத்துச் சென்று... என்ன சார் எல்லாருமே பத்து ரூபாயாகக் குடுத் திங்கன்னா எப்படி... அன்புள்ள வனஜா! எனக்குக் காதலில் நம்பிக்கை கிடையாது. அது இந்த நூற்றாண்டின் மகத்தான ஏமாற்று வேலை என்பது எனக்குத் தெரியவே தெரியும். இருந்தும் உன்மேல் எனக்கு ஒரு விசேஷ ஈடுபாடு ஏற்பட்டு நான் உன்னைக் கலியாணம் செய்துகொண்டு நம் இருவர் வாழ்க்கை யையும் பிணைத்துக்கொண்டு...

வனஜாவின் வீட்டு வாசலில் நிறையச் செருப்புகள் இருந்தன. வனஜாவின் அப்பா அவனைப் பார்த்ததும் பெரிய பற்களுடன் சிரித்தார். 'வாப்பா, சிவராஜி, வனஜா சொன்னாளா?'

சிவராஜ் நியூட்ரலாகச் சிரித்தான்.

'வனஜாவைப் பெண் பார்க்க வராங்க. ஏறக்குறைய செட்டில் ஆனமாதிரிதான். பையன் பி.இ. படிச்சுட்டு அமெரிக்காவில் எம்.எஸ். படிச்சுட்டு அங்கேயே வேலையில் இருக்கான். ஜூலை மாசம் வரான். சட்டுனு கல்யாணத்தை முடிச்சுட்டுப் போறானாம். வனஜா போட்டோவைப் பார்த்துப் புடிச்சுப் போய் இப்ப பையனுக்கு அக்கா வரா.'

'அப்படியா! சந்தோஷம் சார்.'

'நீ யார்? நம்மாத்து மனுஷன் மாதிரிதான். சட்டுனு பஸ் ஸ்டாண்டுக்குப் போயி ஒரு டஜன் ரஸ்தாலிப் பழமும் எட்டணா வெத்தலையும், கல்கண்டும், கொட்டைப் பாக்கும் வாங்கிண்டு வந்துடேன். என்னாம்டையா மறந்து போய்ட்டா, எவ்வளன்னு ஒத்தியே பாத்துக்கறது!'

சிவராஜ் பையை வாங்கிக்கொண்டு கிளம்புகையில் அந்தப் பையன் விஸ்கான்சினில்கூட வேளை தவறாமல் சந்தியா வந்தனம் பண்ணுவதைப் பற்றிச் சொன்னார் வனஜாவின் அப்பா. ஜன்னல் வழியாக, தழைய வாரிவிட்டு தலைநிறையக் கதம்பம் வைத்துக்கொண்டிருந்தாள். புதிதாக நகைகள் அணிந்துகொண்டு கண்ணாடி முன் குட்டை ஸ்டூலில் உட்கார்ந்திருக்க எதிரே இன்னொரு வனஜா தெரிந்தாள். அவள் கண்களில் எதிர்காலம் தெரிந்தது.

வனஜா வீட்டு விசேஷத்துக்கு 'அவர்' சைக்கிள் எடுத்து எல்லாம் வாங்கிக் கொடுத்துவிட்டு சிவராஜ் திருவல்லிக்கேணியில் தன் அறைக்குத் திரும்புகையில் மணி ஏறக்குறைய ஏழு இருக்கும். அறைக்கதவைத் திறந்ததும் உள்ளே பாலு ஒரு பெண்ணுடன் பேசிக்கொண்டிருந்தான். சிவராஜைப் பார்த்ததும் திடுக்கிட்டு 'வந்துட்டியா? 'ஹர் நைட்ஸ்' போறதாச் சொன்னியே?'

'போகலை மறந்துட்டேன்' என்றான் சிவராஜ்.

அந்தப் பெண் கவனமில்லாமல் ஒரு கையில் சமுசா சாப்பிட்டுக் கொண்டு மற்றொரு கையில் ஃபிலிம்ஃபேர் புரட்டிக் கொண் டிருந்தாள். சிவராஜின் வருகை அவள் சுபாவத்தில் எந்த மாறுதலையும் ஏற்படுத்தவில்லை. பாலு திருதிருவென்று விழித்தான். 'இதுதான் சிவராஜ், என் ரூம்மெட். இவ பேர்... பேர் என்ன சொன்னே?'

'ரீட்டா. என் போட்டோ 'திரை ஒளி'யில் வந்திருந்ததே பார்த்திங்களா?'

'ஆபீஸ்லே பழக்கம்' என்றான் பாலு. எல்லா எழுத்தும் பொய். சற்று நேரம் அந்த இடத்தில் அருவருப்பான மௌனம்.

'நீ சினிமாவுக்கு போகலியா?'

'இல்லே.'

'இப்ப எங்கேயாவது போகப் போறியா?'

'ஏன்?'

'இல்லே கேட்டேன். வாயேன். மூணு பேரும் போய் என்.வி. சாப்பிடலாமே!'

'எனக்குப் பசியில்லை. குளிக்கணும்.'

'ஹை! அமிதாப் பச்சன்' என்றாள் ரீட்டா. பிளாஸ்டிக் வளையல்கள் அணிந்திருந்தாள். அவள் உடம்பில் அனுபவத்தின் சுவடுகள் இருந்தன. மிக அகலமாகப் பொட்டு இட்டிருந்தாள். 'இப்ப நாம எங்கே போவணும்! 'வருவான் வடிவேலன்' போலாங்களா கண்ணன்?' 'கண்ணன்!' என்ற அவள் உச்சரிப்பில் மதுரை தெரிந்தது. 'நான் குளிச்சுட்டு அப்புறம் வெளியே போய் வரேன்' என்றான் சிவராஜ். பாலுவின் கண்கள் அவன் கண்களைச் சந்திக்க மறுத்தன. 'பாத்ரூம் எங்கே இருக்குது' என்றாள் ரீட்டா, 'எங்கே'யைக் கொஞ்சம் அழுத்தமாக உச்சரித்து.

நேராகப் போய் பீச்சாங்கைப் பக்கம் திரும்பு. மொட்டை மாடியில் தகரக் கொட்டாய் தெரியும்' என்றான். சென்றாள்.

'இதெல்லாம் நல்லால்லே பாலு!'

'சும்மா ஃப்ரெண்ட்ஸ் மாதிரி. நீ தப்பா நினைச்சுக்காதே. ஆபீஸ்ல ஒருத்தரோட தங்கை!'

'இவ யார் தங்கையா இருந்தா எனக்கு என்ன? ரொம்ப இன்டீஸண்ட்டா இருக்கு பாலு. வீட்டுக்காரன் பார்த்தா ஒரு நாள்ல தொலைச்சிடுவான்.'

'உனக்குப் பிடிக்கலைன்னா காலி பண்ணிடேன். நான் வேற ரூம்மேட் பார்த்துக்கறேன்.'

'என்ன அறிவுகெட்டத்தனமாப் பேசறே. ரூம் என் பேர்ல எடுத்திருக்கேன். ஞாபகம் வெச்சுக்கோ.'

'வாடகைல முக்கா பாகம் நான் குடுக்கறேன். ஞாபகம் வைச்சுக்க. இதப் பார் சிவா! ஒரு பெண்ணோட ஒத்தரைப் பார்த்தா உடனே தரைல ஜமக்காளத்தை விரிக்காதே! வீ ஆர் ஜஸ்ட் ஃப்ரெண்ட்ஸ்.'

'இந்தப் பெண்ணைப் பார்த்தா வேறு ஏதாவது நினைக்க முடியுமா சொல்லு?'

'கத்... தாதே! கேட்டுறப்போறது. கோவிச்சுண்டு எல்லாம் கேன்சல்னு விருட்டுனு போயிடும்.'

'பாலு, இனிமே இந்த மாதிரிச் செய்யாதே. சொல்லிட்டேன். நான் குளிச்சுட்டு வெளியே போறேன்.'

அந்தப் பெண் திரும்பிவந்து தன் புடைவையைச் சரி செய்து கொண்டு, 'திரை ஒளி நீங்க வாங்கறதில்லையா கண்ணன்?' என்றாள். சிவராஜ் துண்டைக் கோபமாக உதறிவிட்டுக் குளிக்கச் சென்றான்.

ஏழரை மணியிருக்கும். சிவராஜ் சுத்தமாகக் குளித்துவிட்டு புதிய சட்டை பேண்ட் அணிந்துகொண்டான். அவர்கள் சென்றிருந்தார்கள். பாலுவின்மேல் ஆத்திரமாக வந்தது. மெதுவாக இறங்கி நடந்தான். ஸ்டார் தியேட்டரில் கருப்பு பர்தாத் திரைக்குள் பெண்கள் கியூ வரிசையில் நின்றுகொண்டிருந்தார்கள். ஜினத் அமான் தன் மார்பைப் பற்றிச் சந்தேகத்துக்கு இடம் வைக்காமல் காட்டிக்கொண்டிருந்தாள். பிலால், கடை வாசலில் மைதா மாவைப் பிசைந்து வானத்தில் பந்தாடிக்கொண்டிருந்தான். ஜனங்கள் மிளகாய் பஜ்ஜி சாப்பிட்டுக்கொண்டிருந்தார்கள்.

கலைவாணர் அரங்கம்வரை நடந்து வந்துவிட்டான். மரம் எல்லாம் மின் விளக்குகள் ஒளிர்ந்து கண் சிமிட்டிக் கொண்டிருந்தன. தரையிலிருந்து ஒரு மகா விளக்கு கட்டட முகப்பை வெளிச்சமாக்கி இருந்தது. போலீஸ் விசில் அவ்வப்போது ஊதிக் கொண்டிருக்க ஜனத்திரள் பீறிட்டது. கார்களும் ஒவ்வொன்றாக வழுக்கிக்கொண்டு வந்து நிற்க, அவை திறந்து சினிமா நடிகர்களும் நடிகைகளும் வெளிப்பட்டு போட்டோ பிளாஷுக்காகக் காத்திருந்துவிட்டு உள்ளே நுழைந்தார்கள். சிவராஜ் தன்னை அறியாமல் கூட்டத்தில் கலந்தான்.

'என்ன வாத்தியாரே?'

'பரிசளிப்பு விழா. கமல் வரான். ரஜினி வரான்... அப்புறம் அவன் யாரு மாங்குடி மைனர்லே செஞ்சானே. அவனும் வரான். அப்புறம் சுமித்ரா வருது, பிரமிளா வருது?'

'முதல்வரு வராரா வாத்யாரே?'

'அதுதான் பேசிக்கிறானுக. .த்தா, சரியாச் சொல்ல மாட்டாங்க! உள்ள உட்டா என்ன, இந்த நாலணா கிராக்கிங்களுக்கு?'

ஒரு பெரிய காரில் ஒரு பெரிய நடிகர் வர, கூட்டத்தில் சலசலப்பு ஏற்பட்டு ஓர் இடத்தில் கரையை உடைத்துக்கொண்டு அந்த காரின் பின்னே ஓட, அவர்களை போலீஸ் துரத்த, சிவராஜ் தன் சொந்த முயற்சி எதுவும் இன்றித் தவிர்க்க முடியாமல் அவர்

களுடன் மிகுந்து ஓடுவதை உணர்ந்தான். திடீரென்று சரமாரி யாகக் கற்கள் போலீஸ்காரர்களின் பச்சை ஹெல்மெட்டுகளின் மேல் பட, அவர்கள் தடியைச் சுழற்றி முட்டியில் அடிக்கும் ஒலி கேட்க, சிவராஜின் முகத்தின்மேல் மிக வேகமாக ஒரு செருப்பு வந்து அடித்தது.

சிவராஜ் சிரமத்துடன் விலகி, கூட்டம் குறைந்த புல்வெளியில் உட்கார்ந்துகொண்டான். ஓடுபவர்களின் கால் பின்னல்கள் தெரிந்தன. மின் விளக்குகள் இன்னும் கண் சிமிட்டிக் கொண் டிருந்தன. கலகம் செய்தவர்கள் சிரித்துக்கொண்டே போலீஸ் வண்டிக்குள் ஏறிக்கொண்டார்கள். கூட்டம் இப்போது கட்டுக் கடங்கி மேலும் நட்சத்திரங்களுக்குக் காத்திருந்தது. சிவராஜ் தனியாக உட்கார்ந்திருந்தான். கன்னத்தைத் தொட்டுப் பார்த் தான். ஆர்க் வெளிச்சத்தில் ரத்தம் நீலமாக இருந்தது. கொஞ்சம் அழுதான்.

வேலையின்றி, தைரியமின்றி, பணமின்றி, ஒரு பெண்ணைக் காதலிக்க மார்க்கமின்றி, கோபிக்கத் திராணியின்றி, அப்பா அம்மா இன்றி, இந்த நிமிஷம் இறந்துபோனால் ஒரு சொட்டுக் கண்ணீர் விட நண்பர்கள் இன்றி...

நான் ஒரு பரிபூர்ண Nonperson.

இந்த நகரம் என்னை முழுமையாக விழுங்குகிறது. இதன் இரைச்சல், ராட்சத வேகம், இதன் அலட்சியம் படித்த, புத்தி சாலித்தனமான மற்றோரைவிடப் பலவிதங்களில் உயர்ந்த ஓர் இளைஞனைச் சுத்தமாக சைபராக மாற்றுகிறது...

சிவராஜ் சென்னை நகரத்தைப் பழிவாங்கத் தீர்மானித்துவிட்டான்.

2

இரவு பூராவும் திறந்திருந்த டீக்கடைகளை அதி காலை மலையாளத்தில் அலம்பிக்கொண்டிருந் தார்கள். தெருக்களில் புதிதாகச் சுவரொட்டிக் கொண்டிருந்தார்கள். செய்தித்தாள்கள், சூடாக இன்னும் ரோட்டரியின் மனம் மாறாமல் சைக்கிள் சவாரி செய்துகொண்டிருந்தன. ரேடியோ 'மாறாத தெய்வம் எங்கள் ஏசு' என்று பக்தி கிலோ ஹெர்ட்ஸ்களைப் பரப்பிக்கொண்டிருந்தது.

தயானந்த் வெள்ளை பேண்ட், கான்வாஸ் ஷூக்கள் அணிந்து கொண்டு, நாய் மூஞ்சி வைத்த கைத் தடியைச் சுழற்றிக் கொண்டே விறுவிறுப்பாகக் கடற்கரையோரத்தில் நடந்தார். சூரியன் எழுந் திருக்கப் போவதன் எச்சரிக்கை அடிவானத்தில் தெரிந்தது.

62 வயதான ஜஸ்டிஸ் தயானந்த் ரிடையர் ஆகி இரண்டு வருஷம் ஆயிற்று. உன்னதமான கடல் காற்றைச் சுவாசிப்பதில் நம்பிக்கை உள்ளவர். இன்னும் ஒரு மாதம்தான் பீச்சுக்கு நடக்க வர முடியும். அண்ணா நகரில் அவர் வீடு ரூஃப் லெவல் வரை வந்துவிட்டது. சின்ன, கச்சிதமான வீடுதான். ஆனால் ரெண்டு கக்கூஸ். அவருக்கும் அவர் மனைவிக்கும் கோபம், சந்தோஷம், ஜுரம், கக்கூஸ் போகும் உத்வேகம் எல்லாமே ஒரே சமயம்

வரும். மனைவி இரண்டு மூக்கிலும் பேஸரி அணிந்துகொண்டு தாட்டியாக இருக்கிறாள். சுவையாகச் சமைக்கிறாள். அவர்கள் சண்டை போடுவது எல்லாம் தீர்ந்துபோய் இருவரும் ஒருவிதக் காலவழு அமைதியில் ஒருவரை ஒருவர் சகித்துக்கொண்டு, ஏன், சில சமயங்களில் வாத்ஸல்யம்கூடக் கூட்டிக்கொண்டு வாழ் கிறார்கள். சபாக்களில் நாடகங்கள் நிரம்பி வழிகின்றன.

'ஐயாயிரம் ரூபாய் கொடுக்கிறேன். என் பொண்ணைக் கல்யாணம் பண்ணிக்கிறாயா?'

'ஐயாயிரம் ரூபா கொடுத்தா உன்னையே கல்யாணம் பண்ணிக் கிறேன்.'

தயானந்த் சிரித்துக் கொண்டார். நாடகங்கள், பிரவசனங்கள், தர்ம காரியங்கள்... எவ்வளவு இருக்கின்றன. இனி ஏன் மரண பயம்?

வீட்டில் எப்போதாவது கன்னடம் பேசுவார் தயானந்த் காரந்த். அவர் அப்பா ரெவினியூ இலாகாவில் குமாஸ்தாவாக இருந்த போதே சொந்த ஜில்லா மங்களூரை விட்டு சென்னைக்குக் குடிபெயர்ந்து சின்னப் பிள்ளையிலிருந்தே தமிழ் கற்றவர். சட்டப் படிப்பு, வக்கீல் தொழில், பப்ளிக் பிராசிக்யூட்டர், ஜட்ஜ் எல்லாம் சென்னையில்தான். அவர் தமிழர்தான்.

காலையில் தினம் நடக்கும்போது தயானந்த் தன் ஜட்ஜ் வாழ்க்கையின் ஒவ்வொரு கேஸாக நினைத்துப் பார்த்து அசை போடுவார். செஷன்ஸ் ஜட்ஜாகவோ ஹைகோர்ட் ஜட்ஜாகவோ, இருந்தபோது அவர் அதிகம் மரண தண்டனை கொடுத்ததில்லை. ஆயுள்தான். எவ்வளவுதான் வலுவான சந்தர்ப்ப நேரடி சாட்சி யங்கள் இருந்தாலும் எங்கோ ஏதோ ஒரு தப்பு நேர்ந்து, ஒரு நிரபராதிக்கு தூக்கு தண்டனை கிடைக்க லேசான சாத்தியங்கள் இருக்கும்வரை மரண தண்டனை கொடுப்பதில் அர்த்தமில்லை தான். ஆயுள் தண்டனையில் தப்பு கண்டுபிடிக்கப்பட்டால் திருத்தக் கூடியது. மரண தண்டனை அப்படி இல்லையே!

'நான் இல்லை முதலாளி, எஜமானரே. சாமி! கடவுளே! நான் இல்லை அது! நான் செய்யவே இல்லை.'

எதற்குத் தண்டனைகள் பற்றி யோசிக்கவேண்டும். வேறு ஏதாவது... தன் வாழ்க்கையில் வேறு என்ன ஞாபகங்கள் இருக்க முடியும். எல்லாம் வழக்குகள்தான்!

'யுவர் ஆனர். குற்றம் சாட்டப்பட்டுள்ள சின்னசாமி என்னும் சுவாமிநாதன் சம்பவ தினத்தன்று சாரதா பாயை ஒரு தனி இடத்துக்கு அழைத்துச் சென்று அங்கு அவர் கர்ப்பத்தைக் கலைப்பதாகச் சொல்லி விஷ மருந்தைக் கொடுத்துக் குடிக்க வைத்து...'

எத்தனை விநோதமான குற்றவாளிகள்? எத்தனை விநோதமான குற்றங்கள், முறைகள், உறவுகள்!

என் பகுத்தறியும் திறனுக்கும் என் மனச்சாட்சிக்குப் பட்டதற்கும் ஏற்ப சட்டப் புத்தகங்களை நான் புரிந்துகொண்டதற்கேற்ப தீர்ப்புகள் கொடுத்தேன். தப்பு இருக்கலாம். அதிகக் கடுமை இருக்கலாம். தண்டிக்கப்பட வேண்டியவர்கள் தப்பித்திருக்கலாம். அல்லது...

'உண்மை என்பது பல வடிவம் கொண்டது. அது ஒரு குழுவின் அல்லது ஒரு தேசத்தின் தனிச் சொத்தல்ல...' ஜவாஹர்லால் நேருவை இப்போதே மறந்துகொண்டிருக்கிறார்கள். எவ்வளவு பெரிய மனிதர்...

தயானந்த் தன் பின்னே ஆளரவம் கேட்டுத் திரும்பிப் பார்த்தார். சற்று தூரத்தில் ஓர் ஆள் அவரைத் தொடர்ந்து வந்திருக்கிறான். அவர் திரும்பிப் பார்த்ததும் அவன் நின்றான்.

'யாரப்பாது. என்ன வேணும்?'

பதில் சொல்லவில்லை. அவன் மெதுவாக அவரை நோக்கி வந்தான். அவன் பின்னங்கையைக் கட்டிக்கொண்டு நடப்பது அசந்தர்ப்பமாக இருந்தது. நேராக அவரையே பார்த்துக்கொண்டு வந்த அவன் முகம் இருட்டில் சரியாகத் தெரியவில்லை. அவன் பதில் சொல்லாததிலும் அவன் அவரை அணுகிய விதத்திலும் இருந்த அபாயத்தை உணர்ந்து எச்சரிப்பதற்குள் அவன் அவருக்கு மிக அருகில் வந்து பின்னால் ஒளித்து வைத்திருந்த... அது என்ன அவன் கையிலே? ஐயோ பாவி! கனமான இரும்பு. அவர் மண்டையில் வெடிக்க உடனே அவர் மண்டையோட்டின் நடுப்பாகம் சிதறி, கீழே மண்ணில் விழுந்தார். ஹீனமாக அவர் வலது கை மண்டையைக் காத்துக்கொள்ளும் நோக்கத்தில் மேலே செல்ல அவன் மறுபடி மறுபடி அடித்தான்.

கோர்ட்டில் எல்லாமே சிவப்பாக இருந்தது. ஜட்ஜின் உடை, மைக்கூடு, மை, பேனா, விசிறி எல்லாமே சிவப்பு.

தயானந்த் வாதாடினார். 'மை லார்ட். இந்த அன்னியன் எந்தவிதக் காரணமும் இல்லாமல் கடற்கரையில் என்னை என் மண்டையில் ஒரு மிகக் கடினமான பொருளால் அடித்து ஓடு உடைந்து அதீதப் பிரவாகமாக. பாருங்கள், கோர்ட் பூரா எவ்வளவு ரத்தம்... என்னை ஒரு காரணமும் இன்றிக் கொல்லும் உத்தேசத்துடன்...'

'அப்ஜெக்ஷன் மை லார்ட். காரணம் இல்லாமல் அவர் கொல்லப் படவில்லை.'

இறந்துபோவதற்கு முன் கோர்ட் கலைந்துவிட அவர் பேரன் ராகுலை மடியில் வைத்துக்கொண்டு புதிதாகக் குத்தப்பட்டுக் காதில் தொங்கின தங்க அரிசியை விரலால் தொட்டுத் தொட்டு...

தயானந்த் காரந்த் இறந்து போனார். கடல் அலைகள் தயானந்தின் கால்வரை கால்வரை வந்து பார்த்துச் சென்று 'இது என்ன அக்கிரமம்' என்று இரைச்சல் செய்தன.

சிவராஜ் தன் சட்டையை மிக வேகமாக அலம்பித் துவைத்து அதை சோப்பு நுரையில் முக்கி சுத்தத் தண்ணீரில் நனைத்து, சொட்டச் சொட்ட ஹாங்கரில் மாட்டித் தொங்கவிட்டான். தன் பெட்டியைத் திறந்து புதிய சட்டை அணிந்துகொண்டான். தன் சர்டிபிகேட்டுகள் எல்லாவற்றையும் கவர்ந்துகொண்டான். கைக்கடிகாரத்தைப் பார்த்தான். பத்து இருபது.

பத்தரைக்கு இண்டர்வியூ. சிவராஜ் அவசரப்பட்டான். அவசரப் பட வேண்டாம் என்றும் தோன்றியது. எதுவும் முக்கியமான தாகத் தெரியவில்லை.

இண்டர்வியூவுக்கு இருபத்தைந்து பேர் வந்திருந்தார்கள். பெண்கள் புதிய ஸாரிகள் அணிந்து, தலையில் பூ வைத்துக் கொண்டு, நாங்கள் நல்ல குடும்பம் என்று ஒவ்வொரு செயலிலும் சொல்லிக்கொண்டிருந்தார்கள். ஆண்களில் பலர் சூட் அணிந்து அவஸ்தைப்பட்டுக்கொண்டிருந்தார்கள்.

ஒரு கிளார்க் அவர்கள் அத்தனை பேரையும் பூச்சியாகப் பார்த் தான். அறைக்குள் சென்றவர்கள் பலியிலிருந்து திரும்பி வர அதிக நேரமாயிற்று. சிவராஜைக் கூப்பிடுவதற்குள் அந்த அலுவலகத் திற்கு லஞ்ச் நேரம் வந்துவிட இவர்களை அம்போ என்று விட்டுவிட்டு எல்லோரும் காணாமற் போனார்கள்.

திரும்பி வர இரண்டு மணியாயிற்று. சிவராஜின் முறை வர மூன்றாயிற்று.

சிவராஜ், மேஜைக்கு அந்தப்புறம் உட்கார்ந்திருந்த நான்கு பேரையும் பார்த்தான். சேர் மனிதருக்கு மூக்கு பெரிசாக இருந்தது. பக்கத்தில் ஓர் அம்மாள் உட்கார்ந்திருந்தாள். அவளுக்கு லேசாக மீசை இருந்தது. சிவப்பாக இருந்தாள். இந்தப் பக்கத்தில் பட்டையாக டை அணிந்துகொண்டு ஒருவர் இருந்தார். பைப் பற்ற வைத்து அதைக் கிளப்பி ஊதினார்.

'பெயர்?'

'எஸ். சிவராஜ்.'

'அப்பா பெயர்?'

'சிவசுப்பிரமணியம்.'

'நீங்கள் எதற்காக இந்த வேலையை விரும்புகிறீர்கள் என்று சொல்ல முடியுமா?'

'முடியும். என் வாழ்நாளின் ஆதர்சம். உங்கள் கம்பெனியில் ஒரு டெஸ்பாட்ச் கிளார்க்காகச் சேர வேண்டும் என்று சின்ன வயதிலேயே தீர்மானித்துவிட்டேன்.'

அவர்கள் ஒருவரை ஒருவர் பார்த்துக்கொண்டார்கள்.

'கேலியா?'

'பின்னே என்ன சார், வேலைக்கு ஒருத்தன் எதுக்கு வரான்? சம்பளத்துக்கு?' என்றான் தமிழில். சிலர் சிரித்தனர்.

'வாட் ஹி ஸேயிங்?' என்றாள் அம்மாள். சேர்மன் மொழி பெயர்த்தார். அவள் சிவராஜை முறைத்துப் பார்த்தாள்.

'டாஸ்மேனியாவின் தலைநகரம் என்ன?'

'ஹோபார்ட். ருமேனியா புக்காரஸ்ட், செக்கோஸ்லவாக்கியா...'

'கேட்டதற்கு மட்டும் பதில் சொல்லுங்கள்.'

'அன்புள்ள பெண்மணியே, ஒரு டெஸ்பாட்ச் கிளார்க்குக்கு ஸ்டாம்பு ஒட்டுவது எப்படி என்று தெரியவேண்டுமே தவிர டாஸ்மேனியாவின் தலைநகரம் தெரிந்திருக்க வேண்டுமா?'

‘பொது அறிவை நாங்கள் சோதிக்கிறோம். எப்படியாவது ஒரு வகையில் வடிகட்ட வேண்டாமா? நானூறு அப்ளிகேஷன் வந்திருக்கிறது எங்களுக்கு. இருப்பது ஒரே போஸ்ட். வந்தனம், நீங்கள் செல்லலாம்.’

‘அவ்வளவுதானா?’ சிவராஜ் உஷ்ணமானான்.

‘அவ்வளவுதான்.’

‘ஒரு சின்ன விஷயம் சார். இந்த போஸ்ட்டை ஏற்கெனவே மேனேஜரின் மச்சினிக்குக் கொடுத்துவிட்டதாகவும் இந்த இண்டர்வியூவே மேல்பூச்சு என்றும் கேள்விப்பட்டேன். இது நிஜமா?’

‘சேச்சே.’

‘அப்படி இருந்தால் நான் போஸ்டர் ஆர்டர் மூலம் அனுப்பிய ரூபாய் பத்தை எனக்குத் திருப்பித் தந்ததும் நான் போகிறேன். அதுவரை நான் இங்கேயே இருக்க உத்தேசம்.’

சேர்மன் மணியடித்து ஒரு பியூனை வரவழைத்தார்.

‘இந்த ஆள் தகராறு செய்கிறார். கூட்டிக் கொண்டு போ!’

அவன் சிவராஜை அணுக, ‘கிட்ட வராதே, கிழிச்சுறுவேன்! ஏன்யா இப்படி அக்கிரமம் பண்றீங்க! டாஸ்மேனியாவின் தலைநகரம்! ஆல் ஆஃப் யூ ஸ்டிங்க்! உங்கள் ஜெனரேஷனே நாற்றமடிக்கிறது. இதப் பார் பம்பளிமாஸ் அம்மா! ஐஸ்லாந்தின் தலைநகரம் என்ன சொல்லு. இல்லாவிட்டால் உன்னைக் கண்ட இடத்தில் கிழிச்சுறுவேன். சொல்லு!’ என்று மேஜைமேல் இருந்த பேப்பர் கத்தியை எடுத்துக்கொண்டுவிட்டான்.

அம்மாள் ‘ஓ மை காட்’ என்று எழுந்து ஏராளமான மார்புகள் குலுங்க பாத்ரூமை நோக்கி ஓட, சேர் மனிதர், ‘மிஸ்டர் சிவசுப்ரமணியம்! கலாட்டா பண்ணக்கூடாது. நல்லாப் படிச்சவன் தானே நீ’ என்றார்.

‘போடா நபும்சகா’ என்று நாற்காலிமேல் ஏறி நின்று ‘ஏய் கேள்! உங்க எல்லாரையும்விட நான் உன்னதமான கெட்டிக்காரன். படித்தவன், புத்திசாலி! கேள்வி கேட்கவேண்டியது நான்’ என்று முடிப்பதற்குள் ஆபீசிலிருந்து பியூன்கள் அத்தனை பேரும்

அவனை விளையாட்டுப் புத்தி உள்ள கன்றுக்குட்டியைப் பிடிப்பது போல் பிடித்து பலவந்தமாக இழுத்து வெளியே தள்ள, சிவராஜ் அந்த அலுவலகத்தைவிட்டு வரும்போது ஒரு இங்க் பாட்டிலை ரிசப்ஷன் பெண்ணின் மடியில் கவிழ்த்துவிட்டு ஒரு மலர்ச் சட்டியை உடைத்துவிட்டுத்தான் வெளியே வந்தான்.

சிவராஜ் அந்த நாடகத்தை மிகவும் ரசித்தான். எதிரே பச்சை பெயிண்ட் அடித்து பாய்லர் வைத்து ஒரு டீக்கடை இருந்தது. உள்ளே நுழைந்ததும் தட்டு நிறைய பேஸ்ட்ரி வைத்துவிட்டு 'எந்தா' என்றான் சர்வர்.

'முதலில் இந்த அழுக்குத் துண்டை என் கண்முன்னால் காட்டாதே! அப்புறம் உனக்குத் தமிழ் தெரியுமா?'

'கொறைச்சு.'

'தமிழ்நாட்டிலே பிழைக்க வந்து, தமிழ்க் காற்றைச் சுவாசித்து தமிழ் பஸ்களை உபயோகித்து, தமிழ்ப் பெண்களை சைட் அடித்துக்கொண்டிருக்கிறாய்! பாஷை மட்டும் கற்றுக்கொள்ள மாட்டாயா? ஓடிப்போயேன் கேரளத்துக்கு, தேங்காய் பிடித்துப் பார்ப்பதற்கு!'

'ஏய், மனசிலாயில்லா!' என்றான்.

'டீ கொண்டு வாடா!'

சிவராஜ் தேநீரை சாஸரில் கொட்டி சப்தமாக உறிஞ்சிச் சாப் பிடுகையில் அருகில் இருப்பவன் வைத்திருந்த மாலைமுரசு கண்ணில் பட்டது.

'கடற்கரையில் ஜட்ஜ் பிணம்'

'அந்த பேப்பரைக் கொஞ்சம் கொடுங்க சார்!' என்றான்.

சென்னை, மே 14 - மெரீனா கடற்கரையில் முன்னாள் ஐகோர்ட் நீதிபதி பிணமாகக் கிடந்தார்.

சென்னைக் கடற்கரையின் மெரீனாப் பகுதி உங்களுக்குத் தெரிந்ததே.

நீதிபதி

கடற்கரையில் முன்னாள் நீதிபதி தயானந்த் என்பவர், பிணமாகக் கிடந்தார். இன்று காலை கண்டெடுக்கப்பட்ட அவர் உடலில் அவர் மண்டை உடைந்துகிடந்தது.

பழைய கைதி

உதவி கமிஷனர் சத்யநாதன் அவர்கள் இதுபற்றிப் புலன் விசாரணை செய்துவருகிறார். கமிஷனரிடம் விசாரித்ததில் நீதிபதி தண்டனை அளித்த ஏதேனும் ஒரு பழைய கைதி பழிவாங்கக் கொன்றிருக்கலாம், கொன்றது யார் என்று இதுவரை தெரிய வில்லை என்றும் சொன்னார்.

கோவென்று அழுதார்

ஜட்ஜின் பிணத்தைப் பார்த்த அவர் மனைவி கோவென்று அழுதார். நீதிபதி தயானந்த் ஏறக்குறைய எட்டு வருஷம் ஐ கோர்ட்டில் நீதிபதியாகப் பணிபுரிந்தவர். நேர்மைக்கும் உழைப்புக்கும்...

சிவராஜ் பில் கொடுத்துவிட்டு அவசரமாக ஓர் ஆட்டோவைப் பிடித்துக்கொண்டு திருவல்லிக்கேணிக்குச் சென்றான். ரூமில் பாலு இல்லை. அவசரமாகத் தன் ஷூக்களைக் கூடக் கழற் றாமல் டிராயரைத் திறந்து ஒரு காகிதத்தை எடுத்து, பேனாவை எடுத்துக் கடிதம் எழுத ஆரம்பித்தான்.

அன்புள்ள கமிஷனருக்கு,

நலம். நலம் அறிய அவா. இப்பவும் இன்று காலை நிகழ்ந்த தயானந்தின் கொலைவழக்கில் பழைய குற்றவாளிகளைத் தேடுவதாக அறிந்துகொண்டேன். அது ஓர் அபத்தம். எனக்குச் சிரிப்பு வருகிறது. அந்தக் கொலை செய்த என்னை நீங்கள் கண்டு பிடிக்க முடியாது. இருந்தும் தப்புத் தடயங்களில் நீங்கள் கால விரயம் செய்வதை என் மனம் விரும்பவில்லை. மேலும் ஒன்றுமறியாத சில பழைய கேடிகளை ஸ்டேஷனுக்கு அழைத்து வந்து குற்றத்தை ஒப்புக்கொள்ளச் செய்ய வைக்கவும் மிகவும் ஆர்வமுள்ள ஆபீசர்கள் உங்கள் டிபார்ட்மெண்டில் இருப்பதால் தான் இந்த அவசரக் கடிதம்.

ஜீவராசி.

கடிதத்தை மடித்து ஒரு கவருக்குள் போட்டு மாலைவரை காத்திருந்து, மொபைல் போஸ்ட் ஆபீசில் அதைச் சேர்த்தான்.

3

வெள்ளைக்காரன் காலத்தில் கட்டப்பட்ட மஞ்சள் கட்டடத்தின் வாசலில் போலீஸ்காரர்கள் நின்று கொண்டிருக்க உள்ளே கொடிக் கம்பத்தில் மூவர்ணம் பறக்க, அதன் மடியில் தரையில் திறமை யாக வெட்டப்பட்டு எம்.சி.பி என்று ஆங்கிலத்தில் புல் வளர்ந்திருந்தது.

சத்யநாதனின் அறைக்கதவு பாதி மறைப்பில் சாத்தி யிருந்தது. கீழே காயர் போர்டின் பாய் விரித்திருக்க, வெட்டிவேர்த் தட்டியும் பச்சைத் திரைகளும் உள் உஷ்ணத்தைக் குறைக்க மிகவும் முயற்சி செய்தாலும் அறையின் முன் பகுதியில் உட்கார்ந்திருந்த டைப் பிஸ்ட் பெண்ணின் கஷ்கத்தில் வியர்த்திருந்தது.

உதவி கமிஷனருக்கு எதிரே ஓர் இளம் சி.ஐ.டி. இன்ஸ்பெக்டர் உட்கார்ந்திருந்தார். 'இவனை நான் எங்கே பார்த்திருக்கிறேன்' என்று யோசித்தார் சத்யநாதன்.

'உங்க பேர் என்ன?'

'இன்பராஜ் சார்.'

நாடார் கிறிஸ்டியன்ஸா என்று கேட்கவேண்டும். பியானோ கற்றுக்கொள்ளும் அவர் மூத்த மகள் ரோஸலின்னுக்குச் சரிப்பட்டு வருவான் என்று தோன்றியது.

'ரிக்கார்ட்ஸ் ஆபீசிலிருந்து தகவல் கேட்டிருந்தேனே, கிடைச்சுதா?'

'கிடைச்சுது சார். ஜஸ்டிஸ் தயானந்தால் ஆயுள் தண்டனை கொடுக்கப்பட்டவங்க அத்தனை பேருடைய பட்டியலும் இருக்குது. நிறைய ஆயுள் தண்டனை கொடுத்திருக்காரு. இரண்டே இரண்டு மட்டும் மரண தண்டனை. ஆயுள் கேஸில் மூணு பேர் இறந்து போயிட்டாங்க. பாக்கி பதினைஞ்சு பேரிலே பதிமூணு பேர் உள்ளே இருக்காங்க. இரண்டு பேர் டர்ம் முடிஞ்சு வெளியே வந்திருக்காங்க. இன்னொருத்தன் பரோலில் இருக்கான்.'

'எல்லாருமே கொலைக்கேஸா?'

'ஆமாம்.'

'முதல்ல வெளியில வந்துட்ட ரெண்டு பேரைக் கவனிக்கலாம்.'

'இதுலகூட ஒருத்தனை முதல்ல பார்க்கணும் சார். செய்முறை யில் ஒற்றுமை இருக்குது. முன்னே செஞ்ச கொலைகூட மண்டைல அடிச்சுத்தான் செஞ்சிருக்கான்.'

'எங்கே, ஃபைலைக் கொண்டாங்க.'

சத்யநாதன் ஃபைலைப் பிரிக்க, ராஜ் மேஜைமேல் இருந்த கண்ணாடி சதுரத்துக்குக்கீழே இருந்த போட்டோவைப் பார்த்தார். ஐந்து பெண்கள் புடைசூழ சத்யநாதன் நடுவே சிரித்துக் கொண்டிருந்தார்.

'என்ன பாக்கறீங்க! எல்லாம் என் டாட்டர்ஸ்.'

'அப்படியா!' சட்டென்று சுதாரித்துக் கொண்டார்.

'இவபேர் ரோஸலின். இவ கிறிஸ்டினா, இது மேரி.'

'ஃபைலைப் பார்க்கலாங்களா?'

எல்லாப் பெண்களுமே அச்சாபீஸில் பிரசவமானவர்கள் போல ஒரே மாதிரியாக இருந்தார்கள். ரோஸலினுக்கு மார்பு சற்று புஷ்டியாக இருந்தது. மூத்த பெண்ணுக்கு மட்டும் ப்ரா அனுமதித்ததால் இருக்குமோ! இன்பராஜ் தன் எண்ணங்களைக் கலைத்துக்கொண்டு சத்யநாதனுடன் ஃபைலில் ஆழ்ந்தார்.

நேர் இடம் வலம் நோக்கிய மூன்று போட்டோக்கள் ஒரே ஆளுடையது. அதன் அருகே டைப் அடித்த வாசகங்கள்.

வலது பக்கம் இருக்கும் ஃபோட்டோ படங்கள், கந்தசாமி ஆச்சாரி. சி.ஆர்.ஓ. 5673-63 பிறந்த வருஷம் 1930. செங்கல்பட் அருகே தண்டலம் கிராமத்தைச் சேர்ந்தவன். தச்சன். 1958-ல் மனைவியைக் கொன்றதற்குப் பிடிபட்டு ஆயுள் தண்டனை கொடுக்கப்பட்டு இருபது வருஷங்களில் வெளி வந்திருக்கிறான். தான் குற்றவாளி இல்லை என்று வாதாடினான். சிறையில் மிக நல்ல நடத்தை. தற்போது இருக்கும் இடம் தெரியவில்லை.

சத்யநாதன் அந்த போட்டோக்களைப் பார்த்தார்.

'மூஞ்சியைப் பார்த்தா தெரியலை.'

'இதே மூஞ்சியை வெச்சிக்கிட்டுத்தான் பெண்டாட்டியையும் கொன்னிருக்கான் சார்.'

'வாஸ்தவம்தான். சொல்ல முடியாது. எதுக்கும் இவன் போட்டோவை அனுப்பிவெச்சு ஆளை ட்ரேஸ் பண்ணிக் கிடலாம். அன்னிக்கு எங்கே இருந்தான்னு விசாரிச்சுப் பார்த்தா நல்லது. ஆயுதம் கிடைச்சுதா?'

'இல்லிங்க. மண்டைல அடிச்சிட்டு எடுத்துக்கிட்டுப் போயிருக்கான். சமுத்திரத்லே போட்டிருந்தா இந்நேரம் கிடைச்சிருக்கும். நல்லா தேடிப் பார்த்துட்டம்.'

'நீங்க மதுரையா?'

'இல்லீங்க. பாளையங்கோட்டை.'

'கல்யாணம் ஆய்டுச்சா?'

'இல்லீங்க. சிஸ்டருக்கு ஆகவேண்டியிருக்குதுங்க.'

'ஒரு தினம் வீட்டுக்கு வாங்க. ரிக்கார்ட்ஸ் கேட்கலாம். பாப் பிடிக்குமா உங்களுக்கு?'

'இல்லீங்க! நான் இன்னும் ஜிம் ரீவ்ஸ்லேதான் இருக்கேன். அடுத்த ஃபைலைப் பார்க்கறிங்களா?'

அடுத்த ஃபைலைப் புரட்டுவதற்குமுன் கமிஷனரிடமிருந்து செய்தி வந்தது.

'இருங்க, பெரியவரைப் பார்த்துட்டு வந்துடறேன்.'

கமிஷனரின் அறை கட்டடத்தின் உள்...ளே இருந்து வெயிலின் உக்கிரம் தெரியாமல் மிக இதமாக இருந்தது. சென்னையில் குற்றங்கள் அத்தனையும் வரைபடங்களாக இருந்தன. குண்டூசி களின் தலையின் பிளாஸ்டிக் மணிகள் கொலைக்ளையும் கொள்ளைகளையும் பற்றிப் பேசின. சென்ற கால கமிஷனர்கள் பெயர்கள் அத்தனையும் வரிசைக்கிரமமாக இருந்தன. இன்றைய தின கமிஷனரின் மேஜை சுத்தமாக இருந்தது. பச்சைக் கம்பளி விரித்த மேஜை மேல் மூன்று டெலிபோன்கள் இருந்தது. அதில் ஒன்று, நான்தான் முக்கியம் என்று சிவப்பாக இருந்தது. ஒரு இண்டர்காம், ஓரத்தில் ஃப்ளாஸ்கில் காப்பி. கமிஷனர் வயது ஐம்பத்திரெண்டு இருக்கும். அடர்த்தியான புருவங்கள், நெற்றி யில் கோடுகள், மூக்கிற்குள்ளே ஒரு ஜீப் போகும் அளவுக்குப் பெரிசு. காதருகே நிறைய நரை. கழுத்தில் ஏதோ ஒரு குல தெய்வத்தின் மாலை. வீட்டில் சொல்லும் திருவாசகமும் காலை மணியடித்துச் செய்யும் பக்திப் பூஜைகளும் எப்படியோ அவர் பொதுத் தோற்றத்தில் கலந்திருந்தன.

'சத்யநாதன், ஏதாவது தெரிஞ்சுதா? பத்திரிகைக்காரங்க ரொம்ப உறுத்துறாங்க. அரெஸ்ட் ஏதாவது ஆச்சுதா?'

'இன்னும் இல்லீங்க. முதல்ல அவர் தண்டனை கொடுத்து விடுதலையான கைதிகளைக் கவனிச்சுக்கிட்டிருக்கோம்.'

'ஏதாவது செய்யுங்க. இன்னிக்குச் சாயங்காலத்துக்குள்ளே ஏதாவது ஸ்டேட்மெண்டு கொடுக்கும்படியாப் பாருங்க. எவ்வளவு பேர் போட்டிருக்கிங்க இந்த கேஸில்?'

'ஆள் போதுங்க.'

'இந்த லெட்டரைப் பாருங்க. காலைத் தபாலில் வந்தது. இதுக்குத் தான் உங்களை முக்கியமாக் கூப்பிட்டேன்.'

சத்யநாதன் அந்தக் கடிதத்தைப் படித்தார்.

'அன்புள்ள கமிஷனருக்கு நலம். நலம் அறிய அவா.' தொடர்ந்து படித்தார்... நிமிர்ந்தார்... 'ஜீவராசியாமில்லே' என்று சிரித்தார் சத்யநாதன்.

'என்ன நினைக்கிறீங்க?'

'ஏதோ மெண்டல் கேஸுன்னு தோணுதுங்க.'

'கொலை செஞ்ச என்னை உங்களால கண்டுபிடிக்க முடியாதுன்னு எழுதியிருக்கான்!'

'பிரபலமா கொலை கேஸு நடக்கிறபோது இந்த மாதிரி நிறையக் கடுதாசி வருங்க. பெயர் பாருங்க ஜீவராசியாம்!'

'இருந்தாலும் இந்த லெட்டரை இக்னோர் பண்ணாதிங்க... லாப்ல கொடுத்து ப்ரிண்ட்ஸ் ஏதாவது கிடைக்குதா பாருங்க...'

'சரி சார். மேல் கவர் இருக்குதுங்களா?'

'இருக்குது. மொபைல் போஸ்ட் ஆபீஸில் போட்டிருக்கான்.'

'சரி. இந்த ஆளையும் புடிச்சுறலாங்க. ஜீவராசியாம், என்ன பேரு பாருங்க.'

சிவராஜ் பழைய ஆபீசுக்குச் சென்று தனக்குச் சேரவேண்டிய ரூபாய் இருநூற்று அறுபதை வாங்கிக்கொண்டு ரெவின்யூ ஸ்டாம்பில் கையெழுத்திட்டுவிட்டுத் திரும்பும்போது காரிடரில் வனஜாவைப் பார்த்தான்.

'என்ன அன்னிக்கு ஃபங்ஷனுக்கு வந்தீங்க. உடனே போய்ட்டீங்க.'

'எல்லாம் நல்லா நடந்ததா?'

'மாப்பிள்ளைக்கு அக்கா வந்து பார்த்தாங்க. சந்தைல மாடு வாங்கற மாதிரி எல்லாம் பார்த்தாங்க. பாடத் தெரியுமான்னாங்க. நானும் கீ கொடுத்த பொம்மை மாதிரி வரவீணா பாடினேன். கொஞ்சம் மாடர்னாப் பாடுன்னா. நான் தேடிச் சோறு நிதம் தின்னுன்னு ஆரம்பிச்சேன். வேடிக்கை மனிதரை கொஞ்சம் அழுத்தியே பாடினேன். அதெல்லாம் புரியலை. கடுதாசி போடறேன்னாங்க. இன்னிக்குப் பதில் வந்தது. பையன் உயரத்துக்கு நான் சரிப்பட்டு வராதாம். நான் கொஞ்சம் உயரம் அதிகம்.'

'அப்படியா?'

'பாருங்க சிவா. ஒரே நாளில் அன்னிக்கு மூணு பொண்ணு பார்த்திருக்காங்க. அது அயோக்கியத்தனம் இல்லியா? எந்த ஊர் நியாயம் இது. சட்! ஐம் ஃபெட் அப்.'

'போனாப் போறது. அடுத்த மாப்பிள்ளை நல்லவனா வருவான். காப்பி சாப்பிடலாம் வரியா. நிறையக் காசு இருக்கு என்கிட்ட. அர்ரியர்ஸ்.'

காப்பிக் கோப்பைக்கு அப்புறம் உட்கார்ந்திருந்த வனஜா நான் ஸ்டாப்பாகப் பேசிக் கொண்டிருந்தாள். ஹெட் கிளார்க் பற்றி... அப்பாவைப் பற்றி... சமீபத்தில் பார்த்த தமிழ் சினிமாக்கள் பற்றி. நடுவே நிறுத்தி 'என்ன சிவா, நான் பாட்டுக்குப் பேசிக்கிட்டே இருக்கேன். நீங்க கம்முனு இருக்கீங்களே!'

'நீ பேசறதைப் பார்க்கறதுக்கு நல்லா இருக்கு. அதுல ஒரு டைனமிஸம் இருக்குது.'

'என்னை அப்ஸர்வ் பண்றீங்க இல்லே? உங்ககூட மறுபடி செஸ் ஆடணும். ஒரு தடவையாவது ஜெயிக்கணும்னு ஆசை!'

'வனஜா, நீ என்னைப் பத்தி என்ன நினைக்கிறே?'

'ஜீனியஸ்! என்னுடைய சின்ன அறிவுக்கு நீங்க பெரிய ஆள்!'

'இப்ப நான் உன்னை ரூமுக்கு அழைச்சுட்டுப் போறேன்னு வச்சுக்க. அங்கே போய் செஸ் விளையாடறாச் சொல்லிட்டு உன் கையைப் புடிக்கிறேன், என்ன செய்வே? கத்துவியா?'

'கையைப் புடிச்சாக் கத்தமாட்டேன். 'என்னை சிவா நீங்க? விடுங்க விடுங்க'ம்பேன்.'

'நான் விடலை?'

'விடாம வெறும் கையைப் புடிச்சிண்டிருப்பீங்களா?'

'இல்லை. அப்படியே படுக்கைல தள்ளறேன்.'

'தள்ளி?'

'உன்னை ஸ்ட்ரிப் பண்றேன். என்ன செய்வே?'

அப்படியே பிரமிச்சு ஆச்சர்யத்தில நின்னுபோய் என்ன செய்யறதுன்னு தெரியாம படுத்துப்பேன். 'சிவா! இப்படி ஒரு அபலைப்

பெண்ணோட வாழ்க்கையை வீணாக்காதீங்க. வேண்டாம். இதோட முழுப்பொறுப்பையும் நீங்கதான் ஏத்துக்கணும். ஒரு க்ஷணம் சபலம் நம்ம வாழ்க்கையைப் பாதிச்சுரும்'னு கெஞ்...சிக் கேட்டுப்பேன். அதையும் மீறி நீங்க என்னை பலாத்காரம் பண்ணிங்கன்னா அப்படியே மரக்கட்டை மாதிரி முடிகிறவரை காத்திருப்பேன். ஸ்தம்பித்துப் போய் கண்களில் கண்ணீரோட கசங்கின உடைகளை மறுபடி அணிந்து கொண்டு, பொம்மை போல நடந்து வீட்டுக்கு வந்து அம்மாகிட்ட, 'அம்மா! மோசம் போயிட்டேண்டி. வேஷம் கலைஞ்சுட்டேண்டி'ன்னு கதறு வேன். அவள் போனாப் போறதுன்னு தலையில வெந்நீரைக் கொட்டி ஸ்நானம் பண்ண வெப்பா!'

'நான் செய்யமாட்டேன்கிற தைரியத்திலதானே இப்படி எல்லாம் பேசறே! நான் இப்ப மாறிட்டேன் வனஜா!'

'அப்படின்னா இப்ப என்னை ரூமுக்கு செஸ் ஆட அழைச்சுண்டு போகப் போறீங்களா?'

அவன் மெதுவாகப் புன்னகையுடன் 'உனக்கு 'ஊர்த்தரேதஸ்'னா என்ன தெரியுமா? காந்தியோட லைஃபைப் படிச்சுப் பாரு!'

'சட்! அவ்வளவுதானா?'

சற்று நேரம் அவளையே பார்த்துக்கொண்டிருந்தான். வனஜா வின் கண்கள் அலைந்தன. மூக்கு நுனியில் ஒரு வித ஃப்ளேர் இருந்தது. வியர்வை, பவுடர், செண்ட் எல்லாம் கலந்த ஏதோ ஒரு வாசனை அவளிடம் இருந்தது. சின்ன உதடுகள், பொதுவாகவே எல்லாச் சலனங்களிலும் யோக்கியத்தனம் இருந்தது. மிகவும் இயல்பான, கச்சிதமான பெண். சிவராஜ் சொன்ன புஸ்தகங்களை எல்லாம் படிப்பாள். அர்த்தம் கேட்பாள். ஏதோ ஒரு குரு-சிஷ்ய பாவத்தில் கவனிப்பாள். சிஷ்யை, காதலி. அருமையான அமைப்பு. இவளிடம் சொன்னால் என்ன?

'வனஜா உன்கிட்ட ஒரு ரகசியம் சொன்னா யார்கிட்டேயும் சொல்லாம பத்திரமா வெச்சுருப்பியா?'

'சொல்லுங்க.'

'இன்னும் சில தினங்களில் நான் ரொம்ப பிரபலமாயிடப் போறேன்.'

'எப்படி?'

'பாரேன்! எனக்கு பல்லக்கு தூக்கி அலுத்துப் போச்சு. பல்லக்கில் ஏறி உட்கார்ந்துக்கப் போறேன்.'

'இதுதான் ரகசியமா?'

யோசித்தான். இப்போது வேண்டாம்.

'சமயம் வரும்போது சொல்றேன்.'

ரூமுக்குத் திரும்பியபோது பாலு ஒரு பெரிய நனைந்த போட்டோவை உலர வைத்துக்கொண்டிருந்தான். தலையைச் சாய்த்துப் பார்த்தான். அந்தப் பெண் இடது கையை கவிழ்ந்த 'எல்' போல வளைத்துக் கொண்டு அதனுள் தலையைத் திருப்பிக் கொண்டிருக்க மார்பைச் சுற்றியிருந்த புடைவைக்கு அதிக வேலையில்லாமல் வேண்டுமென்றே விலக்கப்பட்டிருந்தது.

'எப்படி போஸ்?' என்றான் பாலு.

'இந்தப் பாதி பாதிக்கு பேசாம அவுத்தே காட்டிடலாம்.'

'அதிலே சாரம் இல்லை.'

'இது எதுக்கு?'

'ஒரு டூத் பேஸ்ட் விளம்பரத்துக்கு பிளாக் எடுக்க அனுப்பணும். உலர மாட்டேங்கறது சனி.'

'சிரிக்கக்கூட இல்லியே. டூத்பேஸ்ட்டை மார்லயா தேச்சுக்கப் போறா?'

'என் கணவர்... டூத்பேஸ்ட் உபயோகிக்கிறார் என்று கீழே கேப்ஷன் கொடுக்கப் போறோம்.'

'சமூகக் கரையாண்டா நீங்கள்லாம்.'

'ஒரு தடவை ஸ்டூடியோவுக்கு வாயேன். மாடல்ஸ் எல்லாம் நீ பார்க்கணும். இன்ஸ்பைரிங்.'

அவன் சென்றதும் சிவராஜ் கமிஷனருக்கு இரண்டாவது கடிதம் எழுதினான்.

அன்புள்ள கமிஷனருக்கு,

நான் எழுதிய முதல் கடிதம் வந்து சேர்ந்திருக்கும் என நினைக்கிறேன். இது பற்றி பேப்பரில் இதுவரை ஒரு வரியும் வராதது எனக்கு ஆச்சரியம் தருகிறது. எழுதினவன் ஏதோ ஒரு பொய் ஆசாமி, போலீஸுடன் விளையாட விரும்புகிறான் என்று நீங்கள் நினைக்கலாம். தவறு.

என் தீவிர நோக்கத்தை நிரூபிக்க என் அடுத்த செயலை இப்போதே அறிவித்துவிடத் தீர்மானித்துவிட்டேன். முதலில் ஜட்ஜ் கொல்லப்பட்டார். அடுத்தது ஒரு டாக்டர் கொல்லப் படுவார். எச்சரிக்கை.

ஜீவராசி

கொஞ்சம் யோசித்து ஒரு பின்குறிப்பு எழுதினான்.

இந்தக் கடிதத்தின் பிரதியை ஒரு பிரபல தினப் பத்திரிகைக்கும் அனுப்பப் போகிறேன்.

மறக்காமல் மொபைல் தபாலில் அதைச் சேர்த்தான்.

4

'சொல்லுங்க சத்யநாதன்.'

சத்யநாதன் தான் தயாரித்து வந்த குறிப்புகளைப் பார்த்துக் கொண்டார். ஒருமுறை எதிரே பார்த்தார். கமிஷனர் உட்கார்ந்திருந்தார். ஃபாரன்சிக் லாபரட்டரியிலிருந்து சங்கரலிங்கம் வந்திருந்தார். சிறைச்சாலைகளின் ஐ.ஜி. ஆபீசிலிருந்து ஒருவர் வந்திருந்தார். பக்கத்தில் ஃபெர்னாண்டஸ் உட்கார்ந்திருந்தார்.

சத்யநாதன் நிதானமாக ஆங்கிலத்தில் பேசினார். எல்லோருக்கும் தமிழ் தெரியும். இருந்தும் இந்தச் சம்பிரதாயங்கள் எல்லாம் ஆங்கிலத்தில்தான் நிகழ்கின்றன. வெள்ளைக்காரன் காலத்திலிருந்து இந்த வாராந்திர கலாட்டா. காப்பி சாப்பிட்டு விட்டு, சிகரெட் பிடித்துவிட்டு ஆரம்பிப்பதற்கே பதினொன்றாகிவிடும். கமிஷனரின் தலைக்குமேல் இருந்த சுவர்க் கடிகாரத்தைப் பார்த்தார். பத்து முப்பது. இன்றைக்கு அவசரக் கூட்டம். அந்த இரண்டாவது கடிதத்தின் சலசலப்பு.

'ஜஸ்டிஸ் தயானந்த் கொலை வழக்கில் சி.ஆர்.ஓ. விலிருந்து நமக்குக் கிடைத்த தகவல்களின் ஆதாரத்தில் அவரால் தண்டனை கொடுக்கப்பட்ட பழைய கைதிகளை முதலில் பரிசீலித்து வருகிறோம் ஒவ்வொருவராக.'

டி.ஐ.ஜி சிறைச்சாலைகள் ஆசாமி, 'குறுக்கிடுவதற்கு மன்னிக்கவும். நீங்கள் விசாரிக்கும் அந்தப் பட்டியலை எங்களிடம் தந்தால் அது சமீபத்தியதுதானா என்று சொல்கிறோம். சி.ஆர்.ஓ.வில் சில கைதிகள் விட்டுப் போயிருக்கலாம்' என்றார்.

கமிஷனர், 'நம் கவலை இப்போது அந்தக் கைதிகள் பற்றியல்ல. சொல்லுங்க சத்யநாதன்' என்றார்.

'சம்பவம் நடந்த மறுதினம் கமிஷனருக்கு ஒரு கடிதம் வந்தது; ஜீவராசி என்று கையெழுத்திட்டு. அதை போலீஸ் பரிசோதனைச் சாலைக்கு அனுப்பியிருந்தோம்.'

'ரிப்போர்ட் தயாராக இருக்கிறதா மிஸ்டர் சங்கரலிங்கம்.'

சங்கரலிங்கம் சர்க்காருக்கே உரித்தான பழுப்புக் காகிதங்களைப் புரட்டினார்... 'அந்தக் கடிதத்தில் லேட்டஸ்ட் பிரிண்ட் ஒன்று கிடைத்தது. அதை எடுத்து அனுப்பியிருக்கிறோம். கடிதம் எழுதப்பட்ட காகிகத்தில் விசேஷமாக எதுவும் இல்லை. எங்கும் கிடைக்கக்கூடிய காகிதம். கையெழுத்து, சற்றுப் பின் சாய்ந்த குண்டுகுண்டான எழுத்து. பெண்களுக்கும் உணர்ச்சிவசப்படுபவர்களுக்கும் இந்த மாதிரிக் கையெழுத்து இருக்கும். வார்த்தைகளின் இடைவெளியிலிருந்தும் ஒற்றெழுத்துக்களில் புள்ளி வைக்கும் பாணியிலிருந்தும் அவன் மிகவும் செலவாளி என்பதும், அலட்சிய சுபாவம் உள்ளவன் என்பதும் தெரிகிறது. குறிப்பாக எழுத்து மிகவும் பின்சாய்ந்த நிலையில் பல இடங்களில் இருப்பது அவன் மனநிலை சித்தப்பிரமைக்கு மிக அருகில் இருக்கிறது என்று முடிவு கட்டச்செய்கிறது.'

கமிஷனர் சிரித்து 'உபயோகமில்லாத விஷயம்! ஆள் யாருன்னு ஏதாவது தெரிஞ்சுதுங்களா?' சம்பாஷணை தமிழுக்குத் தாவி விட்டது.

'கைரேகை எடுத்துப் பெரிசு பண்ணிக் கொடுத்திருக்காமே?'

'சத்யநாதன்! அதை அனலைஸ் பண்ணிப் பார்த்தீங்களா!'

'பார்த்தம் சார், கைரேகை புதுசு. இதுவரை நம்மகிட்ட இருக்கிற கைரேகைகளோட மாட்ச் ஆகலை. கம்ப்யூட்டர் சொல்லிடுச்சு!'

'கம்ப்யூட்டரை நம்பாதீங்க. காலை வாரிவிட்டுடும். எதுக்கும் இனாம்தார் கிட்டச் சொல்லி மைக்ராஸ்கோப்புல ஒரு நல்ல

ஆளைப் போட்டுப் பார்த்துடச் சொல்லுங்க. குறிப்பா, வெளி யிலே வந்த கைதிங்க இல்லே, அவுங்க ரேகையோட சரி பார்க்கச் சொல்லுங்க.'

'செய்துக்கலாம் சார்.'

'அந்த 'ஜீவராசி' யைக் கவனிக்கலாம்.'

'இன்னிக்கு மறுபடி அவன்கிட்ட இருந்து ஒரு கடிதம் வந்திருக் கிறது.'

'அடுத்தபடியா ஒரு டாக்டரைக் கொல்லப் போறானாம். ஜட்ஜ் ஆச்சு, இப்ப டாக்டராம்! இவனை சீரியஸா எடுத்துக்கறதான்னு தான் இப்ப பிரச்சினை. என்ன சொல்றீங்க ஃபெர்னாண்டஸ்?'

'சீரியஸாத்தான் சார் எடுத்துக்கணும். இது ஏதோ புத்தி சரியா இல்லாத மேனிக் டிப்ரெஸ்ஸிவ் ஆளாத்தான் எனக்குப்படுது. எக்கச்சக்கமா ஏதாவது செய்துடுவான். அப்புறம் தாமதமா நாம செயல்பட்டா விஷயம் தீவிரமாய்டும்.'

'கடுதாசியோட பிரதியை பத்திரிகைக்காரர்களுக்கு அனுப்பி யிருக்கிறதாச் சொல்லியிருக்கானே.'

'அனுப்பியிருக்கான் சார். வெளியில முரசு பத்திரிகையிலிருந்து ஒரு ஆள் உங்களைப் பார்க்கறதுக்குக் காத்திருக்காரு.'

சங்கரலிங்கம் 'மெட்ராஸில் ஆயிரக்கணக்கில் டாக்டருங்க இருக்காங்க. அவுங்களை எல்லாம் எப்படி...'

'அப்படி வேண்டாம். முதல்ல பீதியைக் கிளப்பவேண்டாம். முதல்ல இதைக் கொஞ்சம் அடக்கி வாசிக்கலாம். பத்திரிகைக் காரங்களோட ஒத்துழைப்பும் தேவையா இருக்கும் சத்யநாதன். இந்த ஆளைப் புடிக்க முடியுமா உங்களாலே?'

'முடியும்னு நம்பிக்கை இருக்குது சார். ரெண்டு கடுதாசியையும் மொபைல் தபாலாபீஸில் சேர்த்திருக்கான். இந்த ஆளோட மனோதத்துவத்தைப் பார்த்தா எதுக்கெடுத்தாலும் 'சடக்'குன்னு கடுதாசி எழுதிடற ஜாதியாத் தெரியுது. இவனைக் கொஞ்சம் உசுப்பிவிட்டா மூணாவது கடுதாசியும் உடனே எழுதி போஸ்ட் பண்ண வருவான். மொபைல்ல வெச்சு அவனைப் புடிச்சுற லாம்னு நினைக்கிறேன். அதுக்கு ஒரு ப்ளான் வெச்சிருக்கேன்.'

'இப்ப என்ன செய்யலாம்?'

'பத்திரிகைக்காரங்களைக் கூப்பிட்டு இவனை நாம மதிக்கவே இல்லைபோல செய்தி கொடுக்கலாம், கொஞ்சம் ப்ரவோக் பண்ணலாம். அவன் உடனே இன்னொரு எச்சரிக்கைக் கடுதாசி எழுதி...'

'அது எப்படி நிச்சயம்! கடுதாசி எழுதறதுக்குப் பதிலா அவன் கோபத்தில் ரெண்டாவது காரியத்தைச் செயல்படுத்த ஆரம்பிச் சுட்டான்னா?'

'அந்த ரிஸ்க் நாம எடுத்துக்கத்தான் வேணும். இப்ப இந்த ரெண்டு கடுதாசியை வைச்சுகிட்டு ஒண்ணும் கண்டுபிடிக்க முடியலியே!'

'சங்கரலிங்கம், நீங்க ரெண்டாவது கடுதாசியை எடுத்துகிட்டு அனலைஸ் பண்ணிப்பாருங்க.'

சங்கரலிங்கம் அதை வாங்கிக்கொண்டார்.

'சரி, அவுங்களை வரச் சொல்லுங்க.'

இரண்டு பத்திரிகை நிருபர்கள் வந்தனர். நிருபர்கள் தனி ஜாதி, நான்காவது எஸ்டேட் சுதந்திரத்தில் அவர்கள் எங்கும் எந்த தினுசிலும் நுழையக்கூடியவர்கள். பேச்சு வாக்கியங்களில் ஏதாவது சந்து கிடைக்கிறதா என்று தேடுபவர்கள். அவர்கள் பென்சில், அலட்சியப் பென்சில். தோற்றம் அலட்சியத் தோற்றம்.

'முரசு' ஆசாமியின் சட்டையில் ஒரு பித்தான் இல்லை. செருப்பு பலமுறை இருபத்தைந்து பைசா கொடுத்துத் தைக்கப்பட்டிருந் தது. வேட்டி, சட்டைப்பையில் இங்க் கறை, காலரில் நாய்க் காது, பெரிய பற்கள், பெரிய முன் மண்டை, முகத்தில் முந்தா நாள் சவரம், விரைப்பான சுத்தமான உடையணிந்த போலீஸ், உத்தியோகஸ்தர்களின் மத்தியில் ஓர் அழுக்குத் தீவு.

'உட்காருங்க.'

'இந்தக் கடுதாசி எங்க எடிட்டருக்கு வந்ததுங்க! உங்களுக்கு வந்திச்சா?'

கமிஷனர் அதைப் பார்த்து, 'எங்களுக்கும் வந்தது. ஒவ்வொரு கொலை வழக்கிலயும் இந்த மாதிரி ஒண்ணு ரெண்டு கோமாளிங்க இருப்பாங்க.'

'கோமாளின்னு போடலாங்களா?'

'போடுங்க!'

'கடிதத்தை ப்ளாக் எடுத்துப் பிரசுரிக்கலாங்களா?' கமிஷனர் சத்யநாதனைப் பார்த்தார்.

சத்யநாதன் 'இப்ப வேண்டாங்க. இந்த ஆளைப் புடிக்கிறவரைக்கும் வேண்டாம். டாக்டரைப் பத்தி குறிப்பிட்டிருக்கிறதினால் அனாவசியமா பீதி கிளம்பும்.'

'சரிதான். எம்.எல்.ஏக்களிலேயே ரெண்டு மூணு டாக்டருங்க இருக்காங்க. இந்த ஆளைப் பிடிச்சுருவீங்களா?'

'இன்னும் ரெண்டு மூணு நாளில பிடிச்சிடுவோம்.'

'அதுக்குள்ள கொலை விழுந்துடுச்சுன்னா?'

'விழாது. புடிச்சிருவோம். உங்க ஒத்துழைப்பும் கொஞ்சம் வேணும்.'

'சொல்லுங்க.'

'ஒரு ஸ்டேட்மெண்ட் கொடுக்கிறோம். அதை மாத்தாமப் போடுங்க. எழுதிக்கறீங்களா?'

நிருபர் ஓர் இரண்டு அங்குலப் பென்சிலை எடுத்து எச்சில் தொட்டு ஒரு சிறிய காகிதத்தில் எழுதிக்கொள்ள ஆரம்பித்தார்.

'அன்புள்ள ஜீவராசி! உன் இரண்டு கடிதங்களும் கிடைத்தன. போலீஸ் அலுவலகத்தில் அவற்றை ரசித்துப் படித்துச் சிரித்தோம். அடுத்த முறை எழுதும்போது உடன் வயிற்று வலி மாத்திரைகளும் அனுப்பவும். நலம்தானே? - கமிஷனர்.'

'இப்படியே போட்டுறனுங்களா?' என்று கமிஷனரைப் பார்த்தார் நிருபர்.

'கமிஷனருக்கு ரெண்டு கடுதாசி வந்த செய்தியைக் குறிப்பிட்டு 'இதுபற்றி கமிஷனரை விசாரித்தபோது அவர் இவ்வாறு பதில் கடிதம் எழுதுவேன் என்று சொன்னார்'னு போடுங்க.'

'ரொம்ப சுவாரஸ்யமா இருக்குதுங்க!'

'அடுத்த தடவை நீங்க வர்றபோது, அந்த ஆளைப் பிடிச்சு போட்டோவும் கொடுக்கிறோம்.'

கிளம்பும் முன் நிருபர், 'ஒரு சின்ன விஷயம்' என்றார்.

'என்ன?'

'என் தங்கை புருஷன் ஒருத்தர்மேல ஒரு டிராஃபிக் கேஸ் இருக்குதுங்க. ரெட் லைட்ல போனார்ன்னு கோர்ட்டுக்குக் கூப்பிட்டிருக்காங்க.'

'பெர்ணாண்டஸ், இதைக் கொஞ்சம் கவனியுங்க.'

இருநூற்று அறுபது ரூபாயில் நூற்று இருபது ரூபாய்க்குப் புத்தகம் வாங்கிவிட்டான் சிவராஜ். தோளின் ஜோல்னாப் பையில் அவை அத்தனையும் புதிய அட்டைகளுடன் புதிய வாசனைகளுடன் இருந்தன. 'தம்மபதாவின்' ஆங்கில மொழி பெயர்ப்பு. பனாரஸி தாசின் 'கோட் ஆஃப் கிரிமினல் ப்ரொசிஜர்', 'ஓ ஜெருசலம்', 'லாட்டரல் திங்கிங்', சதுரங்கத்தைப் பற்றி ஃபிஷரின் புத்தகம், கிருஷ்ணமூர்த்தியின் பிரசங்கங்கள்.

அந்தப் புத்தகங்கள் அவன் மூளையின் கதம்பத்தைப் பிரதி பலித்தன. இருபத்து ஐந்து ரூபாய் கொடுத்து பூமிக்கு அடியில் இறங்கி பேஸ்மெண்ட் ரெஸ்டாரண்டுக்கு பாலு அவனை அழைத்துச் சென்றான். நீல விளக்கின் பாதி இருட்டு. மூன்று இளைஞர்கள் வாத்தியம் வாசித்துக்கொண்டிருந்தார்கள். ஒரு பேஸ் கித்தார், ஒரு லீட் கித்தார், டிரம்கள், ஆங்கிலோ இந்திய இளைஞன் தலையை அட்டகாசமாக வைத்திருந்தான். தன் வாத்தியத்தைப் பற்பல சித்திரவதைகளுக்கு உள்ளாக்கி, அதன் வால்வா, ஃபேஸ் போன்ற சேர்க்கைகளை முடுக்கியும் திரித்தும் கம்பிப் பாகாகப் பாடலை இழுத்தான்.

இங்கிலீஷில் புரியாமல் பாடினான். வேஷ்டி கட்டியிருந்த ஒருவர் சீட்டனுப்ப இளைஞன் சிரித்துக்கொண்டு, ஆத்துக்குத்தி முத்தயித்து என்று பதினாறு வயதுத் தமிழை சம்ஹாரம் பண்ணினான். முடிந்ததும் காலாவதியான அரசியல் கட்சிக் கூட்டம் போல், ஒன்றிரண்டு பேர் சோகையாகக் கை தட்டினர். வேட்டி சீட்டியடித்தது. விளக்குகள் இன்னும் மங்கின. ஜிலு ஜிலு என்று உடையணிந்த ஒரு பெண் வந்து உறைந்த சிரிப்புடன் நடனமாடத் தொடங்கினாள்.

பாலு, 'ஹிய்யா ரோசிட்டா பேபி!' என்றான். சிவராஜ் குறைந்த வெளிச்சத்தில் 'தம்மபதா' படித்தான்.

'பேரைப் பாரு! ரோசிட்டா! நிஜப்பேரு கருப்பாயின்னு இருக்கும். கல்யாணம் ஆயி குழந்தைகூட இருக்கும்' என்றான் பாலு.

ரோசிட்டா பவனி வந்தாள். வழுக்கை ஒருத்தனின் தலையைத் தடவினாள். தாத்தாவின் கண்ணாடியை எடுத்து மார்பில் செருகிக் கொண்டு அதை அந்த வயதானவரைப் பல்லால் எடுத்துத் திரும்பப் பெற்றுக்கொள்ளச் செய்தாள். பாலுவைப் பார்த்து 'ஹாய் பாலு' என்றாள். பாலு அவளிடம் ரகசியமாக ஏதோ சொல்ல, 'டிக்கிள் டிக்கிள்' என்று சிரித்து 'யூ நாட்டி' என்றாள். சிவராஜைப் பார்த்து 'யுவர் ஃப்ரெண்ட் இஸ் சீரியஸ்' என்றாள். பாலு, 'ஹீ யூஸஸ் இட் ஒன்லி ஃபார் பிஸ்சிங்' என்றான். மறுபடி டிக்கிள் டிக்கிள்.

சிவராஜ், பாலுவை நிமிர்ந்துபார்த்து, 'நீங்கள் எல்லோருமே டீஜெனரேட்' என்றான்.

'புடிக்கலைன்னா ஏன் வரே?'

'இந்தப் பெண்ணைவிட இங்க உக்காந்திருக்கிறவங்களைப் பார்க்கறது ரொம்பக் கவர்ச்சிகரமா இருக்கு. எல்லா (வாத்திய இசை அலறல்) வீட்டில் பெண்டாட்டி இருக்கா. இங்கே எதுக்கு வராங்க? அவளுகளுக்கு (வாத்தியம் இசை அலறல்) இல்லியா? இந்தக் கிழவனார் வந்திருக்காரே, ஆம்புலன்ஸ் கேஸ், (வாத்திய இசை அலறல்) இருக்கான்னு தேடிப் பார்க்கணும். எல்லோருடைய மூஞ்சியையும் தேடிப் பாருடா. அசட்டுக்களை, ஒருவித உபாதை, ஒரு நிழல், சும்மா ஒரு மெஷின் கன்னை வெச்சுண்டு எல்லோரையும் ஆஷ்விட்ச்போலச் சுடணும்.'

'ஈஸி ஈஸி' என்றான் பாலு.

சிவராஜ் தன் விரல்களால் மெஷின் கன் அமைத்து ரட்டடட்டடட் என்று சுற்றிலும் சுட்டான். முதலில் அந்தப் பெண் விழுந்தாள். பிறகு டிரம் அடிப்பவன் கவிழ்ந்தான். அதன்பின் அந்தத் தாத்தா, அந்த வெய்ட்டர், அந்தக் கறுப்பு டை ஆசாமி.

அந்தப் பெண் மிகவும் வெட்கப்படுவதுபோல் போஸ் கொடுத்துவிட்டு தன் பாடியை உதறி சபையோர்மேல் வீசி எறிந்தாள்.

உள்ளே இன்னொன்று சின்னதாக உடல் நிறத்தில் அணிந் திருந்தாள்.

'கமான், லெட்ஸ் கெட் அவுட் ஆஃப் ஹியர்' என்றான் சிவராஜ்.

'இருடா, இன்னும் இருக்கு.'

'இருந்து சேவிச்சுட்டு சுண்டல் பிரசாதம் வாங்கிண்டு வா' என்று நடந்தான். 'பட்டாணிச் சுண்டல்' என்றான் பாலு.

வெளியே நகரம் மௌனமாக இருந்தது. டிராஃபிக் விளக்குகள் பாக்கி இருந்த இரவை அம்பரில் கண்ணடிக்கத் தொடங்கி விட்டன. 'சாப்பாடு தயார்' பலகைகள் உள்ளே உறங்கச் சென்று விட்டன. ஒரு காளை மாடு சுவரொட்டிகளைப் பற்றி இழுத்து மெதுவாகச் சுவைக்க ஆரம்பித்திருந்தது. 'ஆளுநரும் முதல்வரும் பேசப்போகும் மகத்தான விழா' வரை சாப்பிட்டுவிட்டு 'திரண்டு வாரீ'ரைத் தின்னலாமா என்று அஜீரணமாக யோசித்துக் கொண்டிருந்தது. சினிமா விட்டு ஒன்று பத்து ஐம்பது நூறு என்று மக்கள் உதிர்ந்துகொண்டிருந்தார்கள். சிவராஜ் சாலையைக் கடந்து மறுபக்கம் சென்றான்.

பிளாட்பாரத்தில் 'விற்றது போதும்' என்று செய்தித்தாள்களை கடைச் சிறுவன் சேகரித்துகொண்டிருந்தான்.

'கமிஷனர் கடிதம் - தயானந்த் வழக்கில் திருப்பம்' என்று 72 பாயிண்டில் அலறிய முரசு வாங்கிக்கொண்டு டீக்கடையின் வெளிச்சத்தில் அந்த வரிகளை அவன் கண்கள் அவசரமாக வருடின.

'... அது பற்றி கமிஷனரிடம் விசாரித்தபோது இது ஏதோ கோமாளியின் செயல், நாங்கள் இவனுக்குப் பதில் தரவேண்டிய அவசியம் இருந்தால் இவ்வாறு பதில் தருவேன். 'அன்புள்ள ஜீவராசி, உன் இரண்டு கடிதங்களும் கிடைத்தன. போலீஸ் அலுவலகத்தில் அவற்றை ரசித்துப் படித்துச் சிரித்தோம்.''

சிவராஜின் முகத்தில் ரத்தம் பாய்ந்தது. தொடர்ந்து படித்தான். 'பாஸ்டர்ட்ஸ்! எங்கிட்ட விளையாடறிங்களாடா?' செய்தித் தாளைக் கசக்கி பஸ்ஸுக்கு வெளியே எறிந்தான்.

அவன் யோசனைகள் சகலமும் 'பழிவாங்கு பழிவாங்கு' என்றன. மனத்தில் விசித்திரங்கள் உலவின. ரோசிட்டா என்கிற

கருப்பாயி. மெஷின் கன்னின் ரட்டடட்டட், தம்மபதா, எலக்ட்ரிக் கிதாரின் இசைப் புயல். மன மூளையில் யூகலிப்டஸ் மரங்கள் ஆடின. செத்துப்போன அவன் சந்ததிகள் அத்தனை பேரும் நதிக்கரையில் காத்திருந்தார்கள்.

நாளைக் காலையில் ஒரு டாக்டரைத் தேடவேண்டும் என்று சிவராஜ் தீர்மானித்தான்.

சிவராஜுடன் எட்டுபேர் காத்திருந்தார்கள். உள்ளே வீல் என்று ஒரு குழந்தை அழும் சப்தம் கேட்டது. அந்த ஊசி சிவராஜுக்கு வலித்தது.

'நீங்க வாங்க சார்.'

சிவராஜ் உள்ளே சென்றான். குழந்தையின் பின்பாகத்தைத் தடவிக்கொண்டு அந்த அம்மாள் 'கண்ணோல்லியோ கண்ணோல்லியோ... ரொம்பப் பச்சையா வெளிக்கிப் போறானே டாக்டர்' என்றாள் கவலையுடன்.

'சரியாப் போய்டும்மா, இரண்டு வேளை மருந்துல நின்னு போய்டும்.' ஆரூட்டுமாக் கஞ்சி, தேனில் குழைத்தல் என்று ஏதேதோ காதில் பட்டது. சுற்றிலும் பார்த்தான். மருந்துகள், அஸெப்டிக் வாசனை. டாக்டரின் பட்டங்கள் சட்டமிட்டு மாட்டப்பட்டு சென்ற ஆயுத பூஜையிலிருந்து நெற்றிக்கு இட்டுக் கொண்டிருந்தன. இனாமல் பேசினில் கை கழுவிக் கொண்டு டாக்டர் சிவராஜை பார்த்து 'எஸ்?' என்றார். நாற்பது இருக்கும். மிச்சமிருந்த மயிரால் சாமர்த்தியமாக வழுக்கையை மறைத்திருந்தார். உட்கார்ந்தார், கை துடைத்தார். அம்மாள் கொடுத்த ஐந்தைக் கணக்குப் புத்தகத்தில் வரவு வைத்துக் கொண்டிருந்தார்.

'இன்கம் டாக்ஸ் தொல்லை பாருங்க! என்ன உங்களுக்கு?'

'இப்படி நடந்து போயிண்டே இருந்தேன். உங்க போர்டைப் பார்த்தேன். வந்தேன். சௌக்யமா?'

நிமிர்ந்து அவனை நேராகப் பார்த்தார். 'கன்சல்டேஷனுக்கு வரலியா நீங்க?'

'டாக்டர், உங்களுக்கு யார் வைத்தியம் பார்க்கறாங்க?'

'டாக்டர் எழுந்தார், 'மிஸ்டர், எனக்கு பேஷண்டுகள் வெய்ட் பண்றாங்க. எதுக்கு வந்தீங்க?'

'உட்காருங்க! கன்சல்டேஷனுக்குத்தான் வந்தேன். எனக்கு மனசு சரியா இல்லே.'

'சுவாமி, நான் ஒரு ஜி.பி. மனசு சரியில்லைன்னா ஒரு சைக்கியாட்ரிஸ்டைப் போய்ப் பாருங்கோ.'

'எனக்கு உடம்பும் சரியா இல்லை. ரெண்டு கொட்டையும் வலிக்கிறது.'

டாக்டர் உக்கிரமானார். 'கேலி பண்றிங்களா?'

'வலிக்குறதுன்னா பார்க்கவேண்டியதுதானே உங்க பொறுப்பு? டாக்டர், உங்களுக்கு குழந்தை குட்டி உண்டா? நீங்க திடீர்னு போயிட்டிங்கன்னா அழறதுக்கு ஆள் இருக்கா? ஹிண்டுவில் ரெண்டு இன்ச் ஆபிச்சுவரி வருமா? எனக்கு ஒருத்தரும் இல்லை டாக்டர்! நான் போய்ட்டேன்னா என் ரூம்மேட் என் ஷர்ட் பேண்ட் எல்லாம் வித்துடுவான். எனக்கு ஒருத்தரும் இல்லை டாக்டர்! எனக்கு ஒருத்தரும் இல்லை!'

விழித்தார். 'என்னடா எழவாப் போச்சு. வேணும்னா ரெண்டு வேலியம் எழுதித் தரேன். சாப்பிடுங்கோ. உங்களுக்கு ஒரு விதமான தாழ்வு மனப்பான்மைன்னு நினைக்கிறேன்.'

'தப்பு, உயர்வு. உன்னைவிட நான் உசந்தவன் யா!'

'சரி, போய்ட்டு வாங்க!'

'நான் மெதுவாத்தான் போவேன்!'

டாக்டர் டெலிபோனை எடுத்தார். 'போலீஸுக்கு போன் பண்ணப் போறேன்' என்றார்.

'வேண்டாம்' என்றான் எழுந்து. 'அப்புறம் சந்திக்கலாம்' என்று சொல்லிவிட்டு நடந்தான். டாக்டர் பிரமித்து உட்கார்ந்திருந்தார்.

அறைக்குச் சென்று மூன்றாவது கடிதம் எழுதி மொபைலில் போடவேண்டும் என்று தீர்மானித்தான் சிவராஜ்.

5

காலையில் அந்தக் கடிதம் சிவராஜின் மனத் திலிருந்து கலைந்திருந்தது. பல் தேய்க்கும்போது முகத்தில் இரண்டு நாள் ஷவரம் பாக்கியிருப்பது கண்ணாடியில் தெரிந்தது. தன்னையே உற்றுப் பார்த்துக்கொண்டான். குற்ற உணர்ச்சி ஓர் எலு மிச்சை அளவுக்கு தொண்டைக்கருகில் எப்போதும் இருந்தது.

என்ன செய்துவிட்டேன்? செய்ததை இனி மாற்ற முடியுமா? கடந்த காலப் பாவங்களை எரித்து விட்டேன். கடிதங்களை எழுதி நக்கி ஒட்டித் தபாலில் சேர்த்தாகிவிட்டது. போலீஸ் நெருப்புடன் விளையாடுகிறேன். எனக்கு என்ன நேர்ந்து விட்டது?

மனமே நிதானம்!

நேராக போலீசிடம் சென்று குற்றத்தை ஒப்புக் கொண்டுவிட்டால் என்ன? என்ன தண்டனை கிடைக்கும்? எதாயிருந்தால் என்ன? போலீசுக்குச் சென்றுவிடலாம். அதுதான் சரி.

இரு! இரு!

எதற்காக? எந்த மடையன் என்னைக் கண்டுபிடிக்க முடியும்? இப்போது அந்த இரண்டு கடிதங்

களையும் வைத்துக்கொண்டு என்னைப் பற்றி அடையாளங்கள் ஏதேனும் இருக்கிறதா என்று பார்ப்பார்கள். இருக்கிறதா என்ன? இல்லை. எதுவும் இல்லை. கையெழுத்திலிருந்து எதுவும் கண்டுபிடிக்க முடியாது. யார் இந்த ஜீவராசி? அடுத்து என்ன செய்யப்போகிறான் என்று நடுங்கிச் சாகப் போகிறார்கள். போலீஸ் மட்டும் இல்லை, இந்த நகரமே!

பாலுவின் மேஜைமேல், 'தில்குஷ் மோகினி' என்ற புஸ்தகம் இருந்தது. பிரித்தான். 'வாங்க' என்றாளாம் அந்தப் பாண்டிச் சேரிப் பெண். தன் உடைகள் சகலத்தையும் சடுதியில் கலைத்து விட்டுப் படுக்கையில் போய் விழுந்து தந்தச்சிலை பேசுவது போல் 'கண்ணாளா' என்றாளாம். பாலு வந்தான். குளித் திருந்தான். ரோமம் நிறைந்த தன் உடம்பு முழுவதும் பவுடரைப் பாரி வள்ளல்போல வாரித் தெளித்துக்கொண்டான்.

'என்னம்மா? புஸ்தகம் படிக்கிறயா? சரோஜாதேவி எழுதின புஸ்தகம் தரவா?'

'வேண்டாம்.'

'வேலை ஏதாவது கிடைச்சுதா?'

'இல்லை.'

'பிரஸ்ல கொஞ்ச நாள் செய்யறியா? ஏற்பாடு பண்றேன். ராத்திரிக்கு ஆள் வேணும்னாங்க. ஒருத்தன் லீவ்ல போயிருக்கானாம்.'

'யோசிச்சுச் சொல்றேன்.'

'யோசனை என்ன? பணம் வேணுமா? ரெண்டு மூணு நாள்ல ஒரு மாதிரி ஆயிட்ட சிவா!'

'பணம் இருக்கு.'

'எவ்வளவு இருக்கு?'

'உயிர் வாழப் போதும்.'

'எத்தனை நாளைக்கு?'

'அதைப்பத்திக் கவலைப்படலை.'

சரியாக ஆறு சாப்பாட்டு டிக்கெட்டுக்கள் பாக்கி இருந்தன. மூன்று நாள் சைதோஜி சந்தில் அந்த மெஸ்ஸில் சாப்பிடலாம். அய்யரிடம் கடன் சொல்ல முடியாது. எச்சில் பண்ணாமல் தம்ளரைத் தூக்கிச் சாப்பிடவேண்டும். இலை எடுத்துப் போட வேண்டும். விபூதி இட்டுக் கொள்ளவேண்டும்.

டிக்கெட்டுகள் தீர்ந்ததும்... பன்னும் டீயும் சாப்பிட்டுவிட்டு சில நாட்கள் ஓட்டிப் பார்க்கலாமே!

பாலு தன் பர்ஸைத் திறந்து பத்துகளை எண்ணி, 'இந்தா, ஃபிஃப்டி ருபீஸ் வெச்சுக்க' என்றான். சிவராஜ் பாலுவை நிதானமாகப் பார்த்தான்.

'ஏண்டா, எனக்குத் தர்மமா? பிச்சை தர்றியா?'

'சேச்சே, கடண்டா!'

'நீ யார்றா எனக்குக் கடன் தர? என்னோட கம்பேர் பண்ணா நீ அற்பத்திலும் அற்பம்டா. ஆயிரம் ரூபா சம்பளம் வாங்கிட்டா உன் அற்பத்தனம் போய்டுமா? என்னதான் தேச்சுக் குளிச்சு உடம்பு பூரா பவுடர் போட்டுண்டாலும் அற்பம் போய்டுமா? லட்சக்கணக்கில் நான் பணம் புரட்டப் போறேன். ரூபா நோட்டை பைகிராப்ட்ஸ் ரோடில பறக்கவிடப் போறேன்...'

'நிப்பாட்டுறா டேய்!'

'சரோஜாதேவி படிக்கிற பசங்கள்லாம் எனக்கு அட்வைஸ் கொடுக்கறிங்கடா! நான் படிக்கிறது என்ன தெரியுமா? நீட்ஷே! ஸ்பெல்லிங் தெரியுமா? நான் ஒரு ஆரியன். உயர்ந்த வர்க்கம், ஆளப்பிறந்தவன், ஆட்டிப் படைக்கப் பிறந்தவன்.'

'ஸம்திங் ராங் வித் யூ சிவா!'

'போடா, போய் டூத் பேஸ்ட் விளம்பரம் பண்ணு. எவளாவது ஒருத்தி ...லே தடவி போட்டோ எடு.'

'நீ பேசறதே நன்னால்லே. உன்னோட தனியா இருக்க பயமா இருக்கு. சாயங்காலம் பார்ப்பம். நீ சொன்னதெல்லாம் நல்ல வார்த்தைதானான்னு அதுவரைக்கும் யோசிச்சுப் பாரு.'

பாலு கிளம்பிச் சென்றதும் கதவை நோக்கி 'ஸாரிடா' என்றான்.

பார்க்குக்கு எதிரே இருந்தது அந்த டெலிபோன் கூண்டு. ஒரு பெட்டிக்கடையில் இரண்டு எட்டணா சில்லறை மாற்றிக் கொண்டு அதனுள் நுழைந்து டைரக்டரியைப் பார்த்து வனஜா வின் ஆபீசின் நம்பரைச் சுழற்றினான். 'காண்டினென்டல்' என்று பதில் வந்ததும் காசு போட்டான். கனெக்ஷன் பூர்த்தி பெறாமல் அங்கிருந்து இரண்டு மூன்று ஹலோக்கள் மட்டும் கேட்டன. இவன் பதில் அங்கே கேட்கவில்லை. டெலிபோனைக் குத்தி னான். 'குலுங்' என்று உள்ளே நாணயங்கள் குலுங்கின. மறுபடி குத்தினான். அந்தப் பக்கத்து ஹலோ வெட்டுண்டு காற்றாக இருந்தது. மௌனம், அதன் கொக்கியை அழுத்தினான். டயல் டோன் கேட்டது. மறுபடி டயல் செய்தான். மறுபடி எட்டணா, மறுபடி டெலிபோனை பலாத்காரம். மறுபடி அதே அபார்ஷன். அந்த மட மிஷினின் சின்ன வாய் அப்போது சிரிப்பது போல இருந்தது சிவராஜுக்கு.

நேராக டெலிபோன் நிலையத்திற்குள் நுழைந்தான். 'இங்கே யார் ட்யூட்டி?'

'ராணி முத்து'விலிருந்து மேல் நோக்கிப் பார்த்தவன், 'சூப்பர் வைசர் சாப்பிடப் போயிருக்காரு. இப்படி எல்லாம் உள்ளே வரக்கூடாதய்யா' என்றான்.

'நீ யார்?'

'ஏன்?'

'வெளியில் ஒரு டெலிபோன் பூத் இருக்கிறது. அது வேலை செய்யலை. இரண்டு எட்டணா உள்ளே போயிட்டுச்சு.'

'குத்திப் பாத்தீங்களா?'

'பார்த்தேன்.'

'இந்தக் கடுதாசில எழுதிக் கொடுங்க, டயம், தேதி போட்டு. சூப்பர்வைசர் வருவாரு. நான் லைன் மேன். எனக்கு டூட்டி வேற.'

'ஏன்யா சாட்டிலைட் மூலமா தேசத்துக்கு தேசம் பேசறாங்க. இங்கேருந்து மவுண்ட் ரோடுக்குப் பேச முடியலியே உங்கே டெலிபோனிலே!'

ராணி முத்து சிரித்தான். 'கொஞ்ச நேரம் வெய்ட் பண்ணுங்க. வந்துடுவாரு! எந்த எட்டணா போட்டீங்க? புது எட்டணாவா? அது கால் கிராம் குறைச்சலா இருந்து ரிலே சில வேளைகளிலே சரியா க்ளோஸ் ஆகாது... சூப்பர்வைசர் வந்துடுவாரு... இருங்க!'

சிவராஜ் மெதுவாக அந்த இடத்தைவிட்டு நகர்ந்தான். பேஸ் மெண்டில் ஒரு கயிற்றுச் சுருளும், கடப்பாரை, பிக் ஆக்ஸ் போன்ற சாதனங்களும் இடைவேளைக்கு இளைப்பாறிக் கொண்டிருந்தன. அந்தக் கடப்பாரைகளுள் ஒன்றை எடுத்து கொண்டு டெலிபோன் கூண்டுக்கு மறுபடி வந்தான். அவனைப் பார்த்துச் சிரித்த அந்த மெஷினின் வாயில், கடப்பாறையைச் செலுத்தி நெம்பிக் குத்தினான். உள்ளே காசு குலுங்க ஒரு நிமிஷத்தில் அந்தப் பெட்டி திறந்து அதன் குடல் பகுதிகளின் அத்தனை இணைப்புகளும் ரிலேக்களும் தெரிய தடதடவென்று எட்டணா நாணயங்கள் அங்கே சிதறின.

அவற்றில் இரண்டை மட்டும் எடுத்துக்கொண்டு மெதுவாக நடந்தான்.

'உனக்கு டெலிபோன் பண்றதுக்குள்ளே உயிர் போய்டுத்து.'

'அதான் நேர வந்துட்டியே!' வனஜா தன் கைக்கடிகாரத்தைப் பார்த்தாள்.

'ஏன் போகணுமா?'

'பன்னிரண்டரைக்கு பாஸ் கூப்பிட்டிருக்கிறார். முக்கியமான மீட்டிங். நோட்ஸ் எடுக்கணும்.'

'மத்தியானம் லீவு போட்டுறேன்.'

'அய்யய்யோ!'

'எனக்காக அரை நாள் லீவு போட மாட்டியா?'

'உனக்காக அரை நாள் லீவு எப்ப போடணும்னா நீ உடம்பு சரியில்லாம ஆஸ்பத்திரி கீஸ்பத்திரியில் படுத்துண்டு இருக்கிற போது, இப்ப என்ன உனக்கு? குண்டுக்கல் மாதிரி இருக்கே!'

'வனஜா, எனக்கு நிஜமாகவே உடம்பு சரியாக இல்லை, உடம்பு, மனசு!'

'அதற்கு என்ன செய்ய முடியும்?'

'இன்னிக்கு அரை நாள் லீவு எடுத்துண்டு வந்தின்னா எனக்குத் தெம்பா இருக்கும்.'

'இன்னிக்கு மறந்துடு. இன்னிக்கு லீவு எடுத்தா வேலை போய்டும். சாயங்காலம் வீட்டுக்கு வாயேன்.' உடனே நாக்கைக் கடித்துக்கொண்டாள். 'முட்டாள்! நான் சாயங்காலம் வீட்டுக்குப் போக லேட்டாகும். ஆபீஸ்ல நாலஞ்சு பேரு சினிமா போறோம். ஓ மை காட்! 12-35! நான் வரேன்!'

எழுந்தவள் கையைப் பிடித்தான். 'இரு' என்றான்.

'சிவா, டோன்ட் பி சில்லி' என்று அதட்டினாள்.

சற்று நேரம் அவன் கைப்பிடியில் மூர்க்கத்தனம் இருந்தது. வளையல் உடைந்தது. விட்டுவிட்டான்.

'ஸாரி' என்றான்.

வனஜா காணாமல் போனாள். கேண்டீன் காலியாக இருந்தது. அவன் மட்டும் உட்கார்ந்திருக்க, தூரத்தில் ஒருவன் கூட்டல் கணக்கு போட்டுக்கொண்டிருந்தான்.

உடைந்த வளையலை மறுபடி வட்டமாக அமைத்தான். எல்லோரும் என்னை விட்டுவிட்டு ஓடுகிறார்கள்.

சிவராஜ் மெதுவாக நடந்தான். கீழே இறங்கி வந்தான். மத்யான அலுவல்களில் நகரம் இயங்கிக்கொண்டிருந்தது. கடை நிறையப் பீங்கான் சாதனங்கள் கண்ணாடிக்குள் தெரிந்தன. ஒரு கல்லை எடுத்து வீசலாம் என்று தோன்றியது. நடந்தான். சாலையில் ஓர் இடத்தில் இருமருங்கிலும் கூட்டமாக இருந்தது. மையத்தில் சுற்றிலும் கல்வைக்கப்பட்டு ஒருவன் உடல் கிடந்தது. அவனை வீழ்த்தின லாரி ஓரத்தில் நின்றது. டிராஃபிக் போலீசின் ஜீப் ஒன்று நின்றது. சில போலீஸ்காரர்கள் அளவெடுத்துக் கொண்டிருந்தார்கள்.

கீழே கிடந்தவன் ரத்தச் சேற்றில் கிடந்தான். ஒரு செருப்பு தனியாகக் கிடந்தது. சுற்றிலும் லாட்டரி டிக்கெட்டுகள் சிதறியிருந்தன. ஹரியானா பத்து லட்சம், குஜராத் அஞ்சு லட்சம்... என்று அந்த நீண்ட சதுர சத்தியங்கள் விற்றவனின் ரத்தத்தில் மிதந்துகொண்டிருந்தன.

சிவராஜ் மூன்றாவது கடிதத்தை மனதில் எழுதத் தொடங்கி விட்டான்.

‘இன்னிக்குப் பூரா வண்டிலயே வரப்போறிங்களா?’ என்று மொபைல் தபால் வண்டியின் சூப்பரின்டென்ட் கேட்டார்.

‘இன்னிக்கு மட்டும் இல்லே தினம். ஒரு ஆள் பிடிபடற வரைக்கும்’ என்றார் இன்ஸ்பெக்டர் பழனிவேலு.

மாலை 4.40-க்கு ரிப்பன் கட்டடத்தின் அருகில் வந்து நின்ற திலிருந்தே அந்த நடமாடும் தபால் நிலையம்- ‘ஹம்ஸா’வின் மஃப்டியில் அந்த போலீஸ் இன்ஸ்பெக்டரும் ஒரு கான்ஸ் டபிளும் தபால் சிப்பந்திகளுடன் கலந்துகொண்டு விட்டனர். சற்று தூரத்தில் ஒரு போலீஸ் ஜீப் தொடர்ந்தது.

ரிப்பன் கட்டடம், எம்.யூ.சி. மெரீனா, அடையாறு, மயிலாப்பூர், லஸ் முனை என்று தன் தினசரி பவனியின் கடைசிக் கட்டத்துக்கு வந்துவிட்டது ஹம்ஸா.

மணி 7.20. அருகே ஒரு மின்கம்பத்திலிருந்து மின்சாரம் கடன் வாங்கிக்கொண்டது ஹம்ஸா. உள்ளே ஜோதியாகி ரிஜிஸ்ட் ரேஷன், ஸ்டாம்புகள், தபால் பிரிக்கும் புறாக்கூடுகள்... என்று சென்னை நகரத்தின் கடைசி தபால் இச்சைகளைப் பூர்த்தி செய்ய இயங்கியது அந்தச் சிறிய உலகம்.

பழனிவேலு அதனுள் ஓர் ஓரத்தில் உட்கார்ந்திருந்தார். கான்ஸ் டபிள் வெளியே நின்றான். பழனிவேலு அந்த மூலையில் ஒரு வாயில் வழியாக தபாலில் சேர்க்கப்பட்டு உள்ளே விழும் கடிதங்களை உடனே உடனே மேல் விலாசத்தைச் சோதித்தார். கமிஷனர் ஆஃப் போலீசுக்கு விலாசமிட்டிருக்கும் கடிதம் ஏதாவது விழுந்தால் உடனே அந்தக் கடிதத்தைச் சேர்த்த ஆசாமியைப் பிடித்து அழைத்துச் செல்ல வெளியே கான்ஸ்டபிள் ஆர்வமாக இருந்தான்.

ம்ஹூம். இதுவரை ஒருவரும் பிடிபடவில்லை.

சிவராஜ் மணி பார்த்தான். 7.25. தன் பையில் எழுதிவைத்திருந்த கடிதத்தைப் படித்துக்கொண்டே நடந்தான். ‘அன்புள்ள கமிஷ னருக்கு, உங்கள் பத்திரிகைச் செய்தியைப் படித்தேன். சிரிக்கப்

போவது யார் என்பது டாக்டரின் மரணத்துக்கு அப்புறம் தெரியும். அதுவரை காத்திருக்கப் போகிறீர்களா? ஜீவராசி!'

சிவராஜ் மெதுவாக ஹம்ஸாவை நெருங்கினான். கார்டு, கவர் வாங்கும் இடத்தில் க்யூ நின்றது. அதன் முடிவில் சேர்ந்து கொண்டான். ஐந்து நிமிஷமாயிற்று. தன் முறை வந்ததும் ஒரு கவர் வாங்கிக் கொண்டான். விலாசம் எழுதவேண்டும். தபால் வண்டியின் பின்புறம் இருந்த சாய்வான இடத்தில் பல பேர் எழுதிக்கொண்டிருந்தார்கள். பழனிவேலு ஒவ்வொரு கடிதமாக உடனே உடனே பார்த்து வெளியே நிற்கும் போலீஸ்காரனிடம் சைகை செய்துகொண்டிருந்தார். சிவராஜ் ஒரு கடை வாசலுக்குச் சென்று உட்கார்ந்து முழங்கால் மேல் வைத்து விலாசம் எழுதினான்.

6

சிவராஜ் ஹம்ஸாவை நெருங்கினான். கடிதத்தை உறையிலிட்டு நாக்கால் தடவுவதற்குமுன் யோசித்தான். அவனது செஸ் மூளைக்குள் விர்ர் என்று சப்தங்கள் கேட்டன. போலீஸ் தான் இதுவரை அனுப்பிய இரண்டு கடிதங்களின் மேல் உறையைக் கவனித்திருக்க மாட்டார்களா? மொபைல் தபால் நிலையத்தில்தான் வழக்கமாக சேர்க்கிறான் என்று மஃப்டியில் போலீஸ்காரர்களை வண்டிக்குள் வைத்து, கமிஷனருக்கு விலாசமிட்ட கடிதம் உள்ளே விழுகிறதா என்று சோதித்துப் பிடிக்க மாட்டார்களா? போலீஸ் என்ன, அதுகூடச் செய்ய மாட்டார்களா?

சிவராஜ் நின்றான். திரும்பச் சென்று அந்தக் கடை வாசலில் உட்கார்ந்து தன் கடிதத்துக்குப் பின்குறிப்பு எழுதினான். 'பி.கு: மாறுதலுக்கு இந்தக் கடிதத்தை மொபைல் தபால் நிலையத்தில் சேர்க்கப் போவதில்லை. அதை வைத்துக்கொண்டு என்னை நீங்கள் பிடித்து விடக்கூடிய சாமர்த்தியம் இருப்பதாக நான் கருதுவதால். 'உன் எதிரியை அறிந்துகொள்'... இந்தப் பொன்மொழி நம் இருவருக்குமே பொருந்தும் - ஜீ.'

சிவராஜ் அந்த இடத்தை விட்டு விலகி ராமர் கோயில் வாசலில் தொங்கிய தபால் பெட்டியில்

சேர்த்த அந்தக் கடிதத்தை சத்யநாதன் படித்து 'சட்' என்று விட்டெறிந்தார். 'எமகாதகப் பய!'

'என்ன சார்' என்றார் இன்பராஜ்.

'மொபைல்ல இனி ஆள் வெக்க வேண்டாம். கண்டுக்கிட்டான்' இன்பராஜ் அந்தக் கடிதத்தைப் படித்துச் சிரித்தார்.'

'படிச்ச, கிறுக்குப் பிடிச்ச ஆளுன்னு நினைக்கிறேன்.'

'எப்படிப் புடிக்கறது? ஏடாகூடமா ஒண்ணு கிடக்க ஒண்ணு செய்துட்டான்னா? பத்திரிகைகளுக்கு வேற எழுதிப் போட்டிருக் கான். கமிஷனர் புலபுலன்னு புடிச்சிருவாரே!'

'அடுத்தது டாக்டராமில்லே! எந்த டாக்டர்? எப்ப?'

'பெரிய எளவாப் போச்சு! இன்பராஜ், ஏதாவது சொல்லுங் களேன்.' சத்யநாதன் மேஜையைக் குத்தினார்.

'நாம பத்திரிகையிலே எடக்கா அப்படி பதில் சொன்னது தப்பாப் போயிடுச்சுங்க. இது சைக்காலஜிக்கல் கேஸு. எதுக்குத்தான் கோபம் வரும்னு சொல்ல முடியாது. ஆளு உசுப்பிக்கிட்டான்.'

'இப்ப அதைச் சொல்லி என்ன பிரயோசனம்?'

'ரெண்டாவது கடுதாசிலயும் பிரிண்ட்ஸ் கெடைச்சிருக்கு சார். முதல் கடுதாசியோட ஒத்துப் போவுது கைரேகை. லாப்ல சொன்னாங்க!'

பெரிய கண்டுபிடிப்பு பாருங்க. எல்லாத் தாயோளிங்களும் கேஸ் விட்டுக்கிட்டு உட்கார்ந்துகினு கண்டுபிடிச்சிருக்காம் பாருங்க! ரெண்டு கடுதாசியும் ஒரே ஆள் எழுதினதாம். இந்த பக்கெட்டைக் கேட்டாக் கூடச் சொல்லும்யா! இதுக்கு மைக்கிராஸ்கோப்பு வேணுமா? கம்ப்யூட்டர் வேணுமா? கூத்தடிக்கிறானுக!'

இன்பராஜ் யோசித்துக் கொண்டிருந்தார். 'இந்த ஜீவராசிங்கற பேர்ல ஏதோ இருக்குதுங்க.'

'பாட்டனி படிக்கிற ஆளா?'

'இருங்க...' இன்பராஜ் ஒரு காகிதத்தை எடுத்து சத்யநாதன் மேஜைமேல் இருந்த பல வர்ணப் பென்சில்களில் ஒன்றை எடுத்து பெரிய எழுத்துக்களில் எழுதினார்.

ஜீவராசி

யோசித்தார். தொடர்ந்தார்.

ஜீவராசி

ஜீவிராசி

ராஜிவசி

சிவராஜி.

ராஜிவசியையும் சிவராஜியையும் அடிக்கோடிட்டார்.

'என்ன இன்பராஜ்?'

'அவன் பேரு கிட்டகிட்ட வருதுங்க. சி.ராஜீவ் அல்லது சிவராஜி அல்லது சிவராஜ்னு அவன் பேர் இருக்கலாம்.'

'எப்படிச் சொல்றீங்க?'

'இந்தப் பேரை வெச்சு ஜம்பிள் பண்ணிப் பார்த்தேன். ஆரம்பிக் கறதுக்கு ஏதாவது ஒண்ணு வேண்டாங்களா?'

'குட்? நல்ல யோசனைதான். இந்தப் பேருகளை வெச்சுக்கிட்டு?'

'இந்தக் கடுதாசி மெட்ராஸ் முத்திரை குத்தி இருக்குதுங்க. மைலாப்பூர் ஏரியாவுக்குப் பக்கத்தில் அவன் இருக்கான்னு வெச்சுக்கிட்டா, தபால் ஆபீஸ்ல, தபால்காரங்ககிட்ட விசாரிச்சு ராயப்பேட்டை, ஆழ்வார்ப்பேட்டை, திருவல்லிக்கேணி, அடையாறுன்னு அதிகரிச்சு விசாரிக்கலாங்க!'

'எல்லா ஏரியா எஸ்.ஐ.ங்களுக்கும் மெஸேஜ் கொடுத்து ஒரே யடியா விசாரிக்கச் சொல்லுங்க. அப்புறம் கார்ப்பரேஷன் வாக்காளர் பட்டியல் இருக்கும். அதில் இந்த இரண்டு பேர் களையும் ஏரியா வாரியாத் தேடிப் பார்க்கலாம். எனக்கென்னவோ ஹோப் இல்லே.'

'ஒண்ணுமே இல்லாததுக்கு ரெண்டு பேராவது கிடைச்சுதே! சிவராஜ், ராஜீவ்!'

'சிவராஜில ஆரம்பிங்க! கமிஷனர்கிட்ட சொல்லிட்டு வந்துட றேன். ஏற்கனவே சத்தம் போடறாரு! நினைச்சேன் இந்தப் பேர்ல ஏதாவது சூட்சுமம் இருக்குதுன்னு. மீன் நிறைய திம்பிங்களோ! மூளை நல்லா வேலை செய்யுது!'

இன்பராஜ் 'நான் சைவம் சார்' என்றார்.

'அட! நம்ம ரோஸலின்கூட அப்படித்தான்... முட்டையைக் கூடத் திங்காது. கிறிஸ்துமஸ்ஸுக்கு நாங்கள்லாம் வான்கோழி பிரியாணி வெச்சுச் சாப்பிடுவோம். இது மட்டும் தனியா ஓரத்தில் தயிர் சோறு தின்னுக்கிட்டிருக்கும். பாப்பாத்திப் பொண்ணுன்னு கூப்பிடுவோம். இதப் பாருங்க... இதான் ரோஸலின். என்ன வயசு உங்களுக்கு?'

'இருபத்தி ஆறுங்க.'

'எப்ப வீட்டுக்கு வர்றீங்க?'

'இந்த ஆளை முதல்ல புடிக்கலாங்க...'

நான்கு தினங்களில் சி.ஐ.டி. இன்ஸ்பெக்டர் இன்பராஜுக்கு அந்தப் புள்ளி விவரங்களின் முதல் பகுதிகள் கிடைத்தன. ஏ.சிவராஜ், ஏ.எஸ்.சிவராஜ். ஆப்ரஹாம் சிவராஜ், பி.வி.சிவ ராஜ், பாக்கியம் சிவராஜ். எத்தனை சிவராஜ்கள்.

'மைலாப்பூரில் 128, அடையாறில் 96, ராயப்பேட்டை ஏரியாவில் 134, ஆழ்வார்பேட்டையில் 64, மாம்பலத்தில்...' என்று பழனிவேலு அடுக்கிக்கொண்டு போனார்.

'ப்ளடி' என்றார் இன்பராஜ்!

'சார்?' பழனிவேல் முகம் மாறாமல் நின்றார்.

'ராஜீவ்ங்கறது அவ்வளவு காமனா இல்லே. ராஜீவ்ங்க அதிகம் இல்லே. நிறையக் குழந்தைகளுக்கு ராஜீவ்னு பேர் இருக்குது... மேற்கொண்டு என்ன செய்யறதுங்க? திருவல்லிக்கேணி, சாந்தோம் இந்தப் பகுதியெல்லாம் இன்னும் ஆரம்பிக்கலை.'

இன்பராஜ் யோசித்தார். 'கொஞ்சம் இருங்க. டி.சி.யைக் கேட்டுக்கறேன்...'

சத்யநாதன் அந்தப் பட்டியலைப் பார்த்து மலைத்தார். 'அடே யப்பா! ஒவ்வொரு ஆளுக்கும் ஒவ்வொரு கான்ஸ்டபிள் போடப் போறீங்களா?'

'கொஞ்சம் ஏரியா கொறஞ்சுதுன்னா பரவாயில்லை.'

'அப்ப ஒண்ணு செய்யுங்க. மைலாப்பூரை முதல்லே கவனிங்க. தபால் அங்கதான் சேர்த்திருக்கான்.'

இன்பராஜ் நம்பிக்கையில்லாமல் தலையாட்டினார். 'சரிங்க, வேற கடுதாசி வந்ததுங்களா?'

'இல்லை. இன்னும் இல்லை.'

வரும்! நிச்சயம் வரும். வராம இருந்தால்தான் கவலையாக இருக்கிறது. அவன் என்ன செய்துகொண்டிருக்கிறான். என்ன செய்வதாக உத்தேசித்துக்கொண்டிருக்கிறான். தயானந்த் கொலையில் இன்னும் திட்டவட்டமாக ஏதும் தெரியவில்லை. ஒரு ஆள் சைக்கிள் ரிக்ஷாவில் அன்று அதிகாலை வந்து இறங்கியதாக பீச்சுத் தோட்டக்காரன் ஒருவன் சொன்னான். வட்டாரத்தில் இருக்கும் சைக்கிள் ரிக்ஷாக்காரர்கள் அத்தனை பேரையும் விசாரிச்சதில் அவர்களில் ஒருவனுக்கு மட்டும் ஞாபகம் இருந்தது.

'ஒத்த நாடியா மீசை வெச்சுக்கிட்டு இருந்தாப்பல. பேப்பர்க்குள்ள எதியோ சுத்தி வெச்சுக்கிட்டு இருந்தாப்பல. ரெண்டு ரூவா கொடுத்துட்டு சில்லரை வாங்காம போய்க்கினே இருக்கான். 'காலங்காத்தால தண்ணி கிண்ணி அடிக்கத்தான் போறான், அ ஆங்'னுட்டு நான் கண்டுக்காம வந்துட்டேன்.'

ஒற்றைநாடி மீசை. சிவராஜ் அல்லது ராஜீவ். மைலாப்பூர் கொஞ்சம் குறுகுகிறது.

ஜூன் மாதம் மத்யானமெல்லாம் அடித்த வெய்யிலில் காற்று தாபம் கொண்டு மேலெழும்பி க்யூமுலஸ் கொப்பளங்களாகத் திரண்டு மேகங்கள் கறுப்பு மகாநாடு நடத்தி மின்னல்களாகக் கீறி மாலை மழைபெய்தது.

ஆச்சரிய மழை. தயாரில்லாத நகரவாசிகள் அங்கங்கே ஒதுங்கிக் கொண்டார்கள். செய்தித்தாள்களையும் பத்திரிகைகளையும் டிபன் பாக்ஸ்களையும் தாற்காலிகமாகக் குடை பண்ணிக் கொண்டார்கள். நகரத்தில் மிச்சமிருந்த மரங்கள் ஆனந்த ஸ்நானம் செய்தன. தெருக்களில் சின்னச் சின்ன பழுப்பு நதிகளில் அத்தனை கழிசடைகளும் மிதந்தன. காகிதங்கள், காய்ந்த இலைகள், காலாவதியான பஸ், சினிமா, லாட்டரி டிக்கெட்டுகள், ரத்தம் தோய்ந்த பஞ்சுகள்... யாரோ எழுதிய கவிதை...

திடீரென்று மழை பெய்தது. வனஜா திருவல்லிக்கேணியில் சாலையைக் குறுக்கே கடப்பதற்குள் பூராவும் நனைந்து விட்டாள். ஊசி ஊசியாக மழைக்கோடுகள் முகத்தில், கழுத்தில், கைகளில் தாக்கும்போது உற்சாகமாகவே உணர்ந்தாள். அவசர

மில்லாமல் கடந்தாள். மழை அவளுக்குப் பிடிக்கும். மாடிப்படி யெல்லாம் நீர் முத்துக்கள் சொட்ட மேலே வந்து சிவராஜின் அறைக் கதவைத் தட்டினாள். பாலு கதவைத் திறந்தான். பனியனில் ராபர் என்று எழுதியிருந்தது.

'சிவராஜ் இல்லையா?' என்று ஈரமாகக் கேட்டாள். பாலு அவளை நிதானமாகப் பார்த்தான்.

'இல்லை. வெளியில போயிருக்கான் வந்துடுவான். வாங்க! ரொம்ப நனைஞ்சிருக்கிங்க' என்றான்.

வாயில் புடைவை அவள் உடம்போடு ஒட்டிக்கொண்டிருந்தது. ஒரு மிகப் பெரிய டவலை எடுத்து அவளிடம் கொடுத்து 'முதல்லே துடைச்சுக்குங்க!'

'அஸ்க்' என்றாள் வனஜா.

'சளி புடிச்சாயிடுச்சு? அடடா ரொம்ப நனைஞ்சுட்டிங்க! என் பேர் பாலு.'

'என் பேர்... அஸ்க்-வனஜா.'

'ஓ! நீங்கதானா?'

'தலையைத் துடைத்துக்கொண்டே 'நீங்கதானான்னா?'

'உங்களைப் பத்தி சிவராஜ் சொல்லியிருக்கான். ஹி அடோர்ஸ் யூ.'

'உங்களைப் பத்தியும் சிவராஜ் சொல்லியிருக்கார்.'

'நல்லதா ஒண்ணும் இருக்காதே?'

'இல்லை.'

'நம்பாதீங்க. எக்ஸாஜரேட் பண்ணுவான்.'

'எங்க ஆபீஸ்ல மறுபடி ஒரு லீவ் வேகன்சி வந்திருக்கு. சொல்லிட்டுப் போலாம்னு வந்தேன். வேலைக்குப் போறாரா?'

'பிரஸ்ல ஒரு வேலை ஏற்பாடு பண்ணியிருக்கேன். ஜூன் லேருந்து போய்க்கிட்டுத்தான் இருக்கான். இப்படி ஈரப் புடைவையோட நிக்கப்போறிங்களா?'

'வேற? சரி நான் வரேன்.'

'சிவராஜ் அதிர்ஷ்டக்காரன்.'

'ஏன்?'

'உங்கமாதிரி ஒரு கர்ள் ஃப்ரெண்டு கிடைச்சதுக்கு.'

'கர்ள் ஃப்ரெண்டுன்னு சொன்னாரா?'

'அப்படித்தானே! உங்க கண்கள் நல்லா இருக்கு.'

'யூ ஆர் ஃப்ளாட்டரிங்.'

'தப்பா நினைச்சுக்காதீங்க! என்கிட்ட ஒரு ஸாரி இருக்குது. என் சிஸ்டருக்கு வாங்கி வெச்சது... அதை வேணா மாத்திக்கங்க.'

'புதுசா?'

'பரவாயில்லை. புடுச்சதுன்னா நீங்களே வெச்சுக்கங்களேன்.'

வனஜா அதைத் தயக்கத்துடன் வாங்கி சுற்றும் முற்றும் பார்த்தாள்.

'பாத்ரூம் வெளியில இருக்குது. அங்கே போய் மாத்திக்கலாம்...'

தயங்கி வனஜா அங்கே சென்றாள்.

அவள் சென்ற உடனே பாலு தன் அலமாரியிலிருந்து கேமரா ஒன்றை எடுத்தான். அதில் ஃப்ளாஷ் ஒன்றைப் பொருத்தினான். சுவரில் இருக்கும் ப்ளக்கில் கொஞ்சம் சார்ஜ் எடுத்துக்கொண்டு சிவப்புப் புள்ளி ஒளிரும்வரை காத்திருந்து மெல்ல பாத்ரூமுக்குப் பதிய நடந்து சென்றான்.

அஸ்பெஸ்டாஸ் கூரை வேய்ந்த பாத்ரூம் அது. இன்னும் சில மழைத்துளிகள் அதன் மேல் தாளம் போட்டுக்கொண்டிருந்தன.

மின்னல்கள் இன்னும் மின்னிக் கொண்டிருக்க, பாலு மொட்டை மாடியில் ஒரு கள்ளிப் பெட்டியின் மேல் ஏறி குளியலறையின் அஸ்பெஸ்டாஸ் கூரைக்கும் சுவருக்கும் இடைவெளியில் எட்டிப் பார்த்தான். வனஜா தன் உடைகளைக் களைந்து ஈரம் பிழிந்துகொண்டிருந்தாள். அவள் முதுகுப் பக்கம் சில சமயம் பக்கவாட்டிலும் தெரிந்தாள். உடம்பைத் துடைத்துக் கொண்டாள். அந்தப் புதிய புடைவையை வாசனை பார்த்தாள். பாலு அவசரமாக கேமராவின் லென்ஸ் மூலம் உள்ளே எட்டிப் பார்த்து சுளீர் என்று ஃப்ளாஷ் அடித்து உடனே இறங்கி உடனே அறைக்குத் திரும்பி வந்துவிட்டான்.

சற்று நேரம் கழித்து வனஜா புதுப்புடைவையில் வந்தாள்.

'யூ லுக் க்ரேட்' என்றான் பாலு.

'தாங்க்ஸ். புடைவை நல்லா இருக்கு...'

'பாக்கி உடைகளை எல்லாம் நல்லாப் புழிஞ்சிங்களா? ஈரமா இருந்தா செஸ்ட்லே கோல்ட் புடிச்சுக்கும்.'

'நல்லா புழிஞ்சுட்டேன்.'

'உங்க பிறந்த தேதி என்ன?'

'5.'

'அதான் பார்த்தேன்.'

'ஏன்?'

'அஞ்சில பிறந்தவங்க அஞ்சாம இருப்பாங்க. அவங்களுக்கு அதிர்ஷ்டம் மாறி மாறி வரும். சில வேளையில நரம்புத் தளர்ச்சி ஏற்படும். 18-ம் தேதி ஏதாவது முக்கிய நிகழ்ச்சி நடைபெற்றிருக் கணுமே?'

'ஆமாம்! ஐ ஹாட் மை பீரியட்ஸ்!'

பாலு சிரித்தான்.

'மிஸ்டர் பாலு உங்க மெதட்ஸ் எல்லாம் எனக்குத் தெரியாதுன்னு நினைக்கிறீங்களா? நியூமராலஜிலே ஆரம்பிப்பிங்க. அப்புறம் கைரேகைகூடப் பாப்பிங்க இல்லே? அப்புறம் கையை மெதுவா அமுக்குவீங்க... அப்புறம் மேலே வருவீங்க! புராண காலத்தில் இருந்து இந்த மாதிரி எத்தனை பெண்களை எத்தனை ஆண்கள் ஏமாத்தி இருக்காங்கன்னு எனக்குத் தெரியும்.'

'தப்பா எடுத்துக்கறிங்க!'

'தப்பு இல்லே மிஸ்டர் பாலு! பயாலஜி இது. ஹார்மோன்ஸ்! அப்புறம் இந்த கேமரா நல்லா இருக்குதே. ஜப்பான் கேமரா இல்லே! பாத்ரூம்ல போட்டோ எடுக்கறதுக்குன்னே ஸ்பெஷல் லென்ஸ் இருக்குது இல்லே?'

வனஜா அந்த கேமராவின் பின்பகுதியைத் திறமையாகத் திறந்து அதனுள் ஒளிந்துகொண்டிருந்த ஃபிலிம் சுருளைச் சரக்கென்று

வெளியே இழுத்து நீட்டி 'எக்ஸ்போஸ்ட்' என்று சொல்லித் தூக்கி எறிந்தாள்.

'சிவா வந்தா சொல்லுங்க! உங்களைச் சந்திச்சதுக்கு நன்றி. புடைவைக்கு பில் அனுப்பிடுங்க! குட்நைட்.'

அவள் சென்ற திசையையே ஆ என்று பார்த்துக்கொண்டிருந்த பாலு, 'சரியான ஆம்பிளைப் பாப்பாத்திடா உன் வனஜா' என்றான் சிவராஜ் வந்ததும்.

'வனஜா வந்திருந்தாளா?'

'ஆமாம்! அவள் ஆபீஸ்ல லீவ் வேகன்ஸி ஒண்ணு இருக்குதாம். சொல்லச் சொன்னா.'

'அவகிட்ட வம்பு பண்ணியா ஏதாவது? உன் மூஞ்சியைப் பார்த்தா தெரியுதே?'

பாலு கீழே கிடந்த ஃபிலிம் சுருளைப் பார்த்தான்.

'பதினைந்து ஷாட் போயிடுச்சு' என்றான்.

டாக்டர் பிரகாஷ் தன் டிஸ்பென்சரியிலிருந்து திரும்புவதற்கு இரவு ஒன்பதாகிவிட்டது. வந்த உடனே அவசர அவசரமாக மூஞ்சி அலம்பிக்கொண்டு பவுடர் போட்டுக்கொண்டு, சட்டை, பேண்ட் மாற்றிக் கொண்டு ஓமென் பார்க்கக் கிளம்பினார்.

பதினைந்து மாடிக் கட்டடம். மேல்மாடியிலிருந்து கீழே பார்த்தார். அவர் ஃபியட் காரின் மண்டை இருளில் தெரிந்தது. அவசரமாக ஜன்னல் திரைகளை மூடிக் கண்ணாடி ஜன்னல் களைச் சார்த்திவிட்டு லிப்ட்டுக்காகப் பொறுமையில்லாமல் காத்திருந்து லிஃப்ட் வந்து அதில் பிரயாணம் செய்து இறங்கித் தன் காருக்கு ஓடினார். காரைக் கிளப்பிச் சீறிப் பாய்ந்தார்.

கார் சென்று அரை மணிக்கு அப்புறம் அவர் ஃப்ளாட்டின் கதவு நெம்பித் திறக்கப்பட்டது.

7

டாக்டர் பிரகாஷ் தியேட்டரை அடைந்தபோது அதன் வாசலில் ஹவுஸ்ஃபுல் போர்டைப் பார்த்து சந்தோஷப்பட்டார். நல்லவேளை முன்னமேயே டிக்கெட் வாங்கியாகிவிட்டது. பர்ஸை எடுத்து டிக்கெட் இருக்கிறதா என்று பார்த்தார்.

இல்லை.

பையில் பார்த்தார். ம்ஹூம். பேண்ட் பைக்குள், பின் பக்கத்துப் பைக்குள், காரின் டாஷ்போர்டில் எங்கும் தேடினார். இல்லை.

'காரை இங்க பார்க் பண்ணக்கூடாது சார்.'

'இருப்பா! டிக்கெட்டை விட்டுவிட்டு வந்துட்டேன்.'

'பால்கனி எட்டு ரூபா, பால்கனி எட்டு ரூபா' என்று ஒருத்தன் அருகே வந்து ரகசியம் பேசினான். டாக்டர் மறுபடி தேடினார்.

ஞாபக மறதி! டிக்கெட்டை வீட்டிலேயே விட்டு வந்துவிட்டேன். மேஜை மேல் எடுத்து வைத்தேன். ஞாபகம் இருக்கிறது. அதை பர்ஸில் போட்டுக் கொண்டேனா? இல்லை, டிக்கெட் அங்கேதான் இருக்கிறது. மணி ஒன்பது நாற்பத்து ஐந்து.

'மெயின் பிச்சர் எப்பப்பா ஆரம்பம்?'

'பத்து மணிக்குங்க.'

போய் வர 20 நிமிஷம் ஆகும். அஞ்சு நிமிடப் படம் போய்விடும். அஞ்சு நிமிஷம்தானே! போய்த் திரும்பி வந்துவிடலாம். சீறிப் புறப்பட்டார். மிக வேகமாகத் தன் ஃப்ளாட்டை நோக்கி, தன் விதியை நோக்கிச் சென்றார்.

டாக்டர் பிரகாஷ் பணக்காரர். ஆதிகாலத்தில் ஹானரரியாக இருந்தபோது யோக்கியமாகத்தான் இருந்தார். பணம் புரள வில்லை. தனியாக க்ளினிக் ஆரம்பித்தார். தூங்கியது. வயசாகிக் கொண்டிருந்தது. திருமணம் செய்துகொள்ளவில்லை. கிளப்பில் சில பழக்கங்கள் ஏற்பட்டு, வருகிற பணம் போதவில்லை. சர்டி பிகேட்டுகளில் செல்வம் இல்லை. டாக்டர் பிரகாஷ் மனச் சாட்சியை ஒரு நாள் பூட்டி வைத்துவிட்டு சில பிரத்தியேகச் சிகிச்சைகள் செய்யத் தொடங்கிவிட்டார்.

'எத்தனை நாள்?'

'நாற்பத்தஞ்சு, டாக்டர்.'

'காலையில் ஆகாரம் எதுவும் எடுக்காம வாங்க... அட்வான்ஸ் ஐநூறு கொண்டுவாங்க.'

டாக்டரின் க்ளினிக்கில் மிகவும் சுத்தமான, அஸெப்டிக் ஆயுதங் கள் இருந்தன. முன் அறையில் புதிய பத்திரிகைகள் இருந்தன. சந்தர்ப்பவசத்தால், சபலத்தால், தப்புச் செய்ய ஏராளமான இளம் பணக்கார இளைஞர்கள், பெண்கள் இருந்தார்கள். நாற்பது நாட்களிலும் ஐம்பது நாட்களிலும் கலைந்து போக ஜீவாரம்ப நீச்சல்கள் அவருடைய க்யூரெட்டுக்குத் தயாராகவே இருந்தன.

டாக்டர் ஃபியட் கார் வாங்கிவிட்டார். புதிய நெட்டையான கட்டடத்தின் மிக மேல்மாடியில் ஃப்ளாட் வாங்கிவிட்டார். ஷேர் சர்ட்டிபிகேட்டுகள், இன்கம் டாக்ஸ் தொல்லை, இளம் தொந்தி, கொஞ்சம் ப்ளட் பிரஷர் (டயஸ்டாலிக் 105). திருமணம்? எதற்கு?

'உன் பேர் என்ன?'

'நளினா, ரேவதி, சரஸ்வதி, ஸ்டெல்லா ஏதாவது வெச்சுக்கங் களேன்.'

டாக்டரின் ஃபியட்டில் காஸட் ஒலித்தது. இளையராஜாவின் வயலின்கள் நாற்பது இழைந்து ஒலித்தன. ஃப்ளாட்டுக்குத் திரும்பியபோது மணி பத்தாகிவிட்டது. அணைக்காமல் ஓடினார். லிஃப்ட் பட்டனை அழுத்தினார். எங்கோ மேலே இருந்த அந்த லிஃப்ட் அதன் ஆட்டோமாட்டிக் தூக்கத்திலிருந்து எழுந்து 'வருகிறேன்' என்று இறங்கியது. தானாகத் திறந்தது. அவரை உள்ளே கொண்டது. 15-ஐ அழுத்தினார். குறிப்பிட்ட செகண்டுகள் காத்திருந்து மறுபடி மூடிக் கொண்டு மேற்சென்றது.

டாக்டர் தன் ஃப்ளாட்டின் சாவியை எடுத்துக் கதவைத் திறக்க முயற்சித்தார். பூட்டு எதிர்த்து சாவியை எடுக்க வரவில்லை. ஆச்சரியப்பட்டுக் கதவைத் தள்ளினார். திறந்துகொண்டது.

இருள். சம்திங் ராங். பூட்டி வைத்துவிட்டுத்தானே சென்றிருந்தேன். விளக்கைப் போட்டார். திரைச்சீலை நடுங்கியது. அறையில் மாறுதல் இருந்தது. சுற்றிலும் பார்த்தார். நீலத் திரைகளில் ரகசியம் இருந்தது. காற்றில் மெதுவாக ஆடின. யாரோ இருக்கிறார்கள். டாக்டரின் உடல்பூரா ரோமங்கள் நின்றுகொண்டன.

'யாரு?' என்றார் ஹீனமாக.

திரை அசைந்தது. பாத்ரூம் திறந்திருந்தது. மெதுவாக அங்கே சென்றார். காலி. திரும்பும்போது பால்கனிப்பக்கம் ஏதோ நகருவதைப் பார்த்துவிட்டார். அங்கே போகலாமா, வேண்டாமா?

டாக்டர் ஆயுதம் தேடினார். 'யாரது! யாராயிருந்தாலும் வெளியே வா! வந்துடு.'

காற்றுதான் பதில் சொன்னது.

ஆயுதம்! ஆயுதம் வேண்டும். கிச்சனில் கத்தி இருக்கிறது. அதை எடுத்து வருவதற்குள் அவன் ஓடிவிட்டால்? மேஜைமேல் பிளாஸ்டிக் நாள்காட்டி, பேனாக்கள், டெலிபோன், டயரி, ஆஷ்ட்ரே, சிகரெட் லைட்டர், டேப் ரிக்கார்டர், பேப்பர் வெயிட்.

பேப்பர் வெயிட்!

அந்தத் திரை அசைந்தது.

டாக்டர் பேப்பர் வெய்ட்டை அதன்மேல் எறிந்தார். 'சிலுங்' என்று கண்ணாடி உடைந்தது.

மௌனம். மகா மௌனம்.

டாக்டர் வியர்த்தார். ஓடிப்போய் யாரையாவது கூப்பிடலாமா? கதவை நோக்கிச் சென்றார். கதவு முதலில் திறந்துகொள்ள மறுத்தது. வலுவாக ஆட்டினார். தன் பின் ஏதோ உணர்ந்தார். திரும்பினார்.

முகம்!

மிக அருகே பற்கள் தெரிய, கண்கள் பெரிதாகி... வியர்த்த முகம்.

அலறினார். 'யாராவது வாங்களேன்! யாராவது வாங்...'

வாயைப் பொத்தி கழுத்தை நெரிக்க, தோள்களின் மேல் பளுவாகப் பரவ, டாக்டர் திமிறிக்கொண்டு வழுக்கிக் கொண்டு தப்பித்து பால்கனியை நோக்கி ஓடினார். கூடவே அவன் துரத்துவது தெரிந்தது.

பால்கனி சிறியது. அலங்காரக் கம்பிகள் இடுப்பு உயரம்தான். ஆறடிக்கு நாலடி இடம். சாயங்காலங்களில் உட்கார்ந்து கொண்டு கையில் ஒரு பானத்துடன் சென்னை நகரின் லாவண் யத்தைப் பார்க்க உகந்த இடம். இரண்டுபேர் கட்டிப் புரண்டு உருள அந்த இடம் தகுதியானதல்ல. அந்தக் கம்பிகளும் அவ் வளவு வலுவானதல்ல. அசைந்து அசைந்து அந்த இருவரின் மூர்க்கத்தனத்துக்கு வளைந்து வளைந்து வளைந்து கொஞ்சம் காரை பெயர்ந்து கொஞ்சம் ஆடி கொஞ்சம் கிறீச் சப்தமிட்டு...

லிஃப்டில் மேற்சென்ற டாக்டர் இப்படிக் குறுக்கு வழியில் அவ்வளவு அவசரமாகக் கீழே வந்து சேருவார் என்று எதிர் பார்த்திருக்க முடியாது.

அபார்ட்மெண்டின் பெயர் சுனந்தா மேன்ஷன்ஸ். அதில் டாக்டரின் ஃப்ளாட் நாம் முன்பு சொன்னபடி பதினைந்தாவது. அதன் உயரம் சரியாக 256 அடி.

அங்கிருந்து கீழே விழ சரியாக 4 செகண்டு ஆயிற்று.

தரையில் மோதியபோது டாக்டரின் வேகம் 87 மைல். விழுந்த இடத்தைச் சுற்றிலும் ஏறக்குறைய 250 சதுர அடிப்பரப்பில் எங்கும் எங்கும் டாக்டர் பிரகாஷ் ரத்தமாகப் பரவினார்.

டாக்டரின் ஃபியட் கார், அருகே ஒரு சாட்சியாக நின்று கொண்டிருந்தது. அதனுள் காஸட் இன்னும் ஒலித்துக் கொண்டிருந்தது.

இளையராஜாவின் நாற்பது வயலின்கள், அப்புறம் ஜானகி...

'டார்லிங் டார்லிங் டார்லிங்!

ஐ லவ் யூ லவ் யூ!'

மறுதினம், மாலை 6.15.

மழையை மறந்திருந்தது சென்னை. வானத்தில் மேகங்களுக்கு இடையே நீல ஜன்னல்கள் தெரிந்தன. மீனம்பாக்கம் நோக்கி ஒரு போயிங் அலறிக்கொண்டு சென்றது. ரேடியோ சிலோன் சுவிசேஷம் சொன்னது.

சிவராஜ் சுனந்தா மேன்ஷன்ஸை அணுகினான். அவன் கையில் மடித்துவைத்திருந்த பேப்பரில் 'டாக்டரின் பரிதாப...' என்று தெரிந்தது. இரண்டு மூன்று ஜீப்புகளும் ஒரு வேனும் நின்று கொண்டிருந்தன. ரேடியோ கரகரப்பு. டாக்டர் விழுந்த இடத்தில் அடையாள ரத்தம் கருந்திட்டாக இருந்தது. டாக்டர் இல்லை. கார் ஓரத்தில் நின்றுகொண்டிருந்தது. சிலர் கூடிப் பேசிக் கொண்டார்கள். சிவராஜ் அவர்களை அணுகினான். துண்டு மீசை ஆசாமியைக் கேட்டான். 'கண்டுபிடிச்சுட்டாங்களாமா?'

'எங்...கே? தற்கொலைன்னு பேசிக்கிறாங்க.'

'தற்கொலையா?'

'சேச்சே, அதில்லை. வேணுண்ணே யாரோ புடிச்சுத்தான் தள்ளியிருக்காங்களாம். கான்ஸ்டபிள் சொன்னாரு.'

'யாராம்' என்றான் சிவராஜ்.

'எந்த ...மகனோ. என்னமா இருந்திருக்கும்! மடேர்னு தேங்காய் உடையறமாதிரி சத்தம் கேட்டிருக்காம். கீழே ஃப்ளாட்டுல இருந்தவர் ஒருத்தர் சொன்னாரு. காத்தால பார்த்தேன் வாத்தியாரே, சோறு வேண்டியிருக்கலே. அப்படியே பீஸ் பீஸாக் கிடந்ததுங்க.'

'ச் ச் ச் ச்' என்றான் சிவராஜ். போலீஸ்காரங்க இருக்காங்களா?'

'மேலே நாள் பூரா போட்டோ புடிச்சிருக்காங்க. எத்தனை போலீஸ்காரங்க. பத்திரிகைக்காரங்க... தங்கமானவருப்பா டாக்டரு!'

'உனக்குத் தெரியுமா?'

'பாத்திருக்கேன்.'

'என்ன வயசிருக்கும்?'

'நாற்பது நாற்பத்தஞ்சு.'

சிவராஜ் மெதுவாக மேன்ஷனின் வாசலை அணுகினான். லிஃப்ட் வாசலில் நாற்காலி போட்டு ஒரு கான்ஸ்டபிள் பீடி குடித்துக் கொண்டிருந்தார். அவரைச் சுற்றிலும் ஒன்றிரண்டுபேர் நின்றிருந்தார்கள். சிவராஜ் மௌனமாக சுவரில் இருந்த பெயர்ப் பலகையைப் பார்த்தான். மெதுவாகத் திரும்பி லிஃப்ட் அருகே சென்றான்.

'யாருப்பாது?'

'மேலே போகணும். மூணாவது மாடிக்கு. சிவபாதசுந்தரம்னு ஒருத்தரைப் பார்க்கணும்.'

'லிஃப்ட் கிடைக்காது. மாடிப்படி வழியாப் போங்க. அதுக்கு மேலே போகாதிங்க.'

'சரிங்க.'

மறுபடி ஏறுகையில் சிவராஜின் இதயம் திடும் திடும் என்று அடித்துக்கொண்டது. 'என்ன ஒரு செயல்! அசட்டுத் தைரியமா? ... திரும்பிவிடலாமா, நின்று விடலாமா?'

அவனை அறியாத ஒரு காந்த சக்தி அவனை ஒவ்வொரு மாடியாக மேலே மேலே அழைத்தது.

'வா! சிவராஜ் வா! வந்து பாரு!' என்று குரல் ஒலித்துக்கொண்டே இருந்தது.

'ராஸ்கால்நிக்காவ் நான்!'

முழங்கால் வலித்தது. அடிக்கடி நின்றான். ஆசுவாசப்படுத்திக் கொண்டான். எட்டு ஒன்பது, பத்து... சிங்கத்தின் குகைக் குள்ளேயே நுழையப் போகிறேன். ஏன் இந்தச் சிறுபிள்ளை

விளையாட்டு? எவ்வளவு அபாயம்! பதினொன்று, பன்னிரண்டு, பதிமூன்று...

இது எல்லாம் முன்பே எங்கேயோ தீர்மானித்துவிட்ட சினாரியோ. நான் அதில் வெறும் நடிகன்!

பதினான்கு, பதினைந்து.

டாக்டர் பிரகாஷ். போர்டு தெரிந்தது.

கதவு பாதி திறந்திருந்தது. அதன் இடைவெளியில் உள்ளே பார்த்தான். யாரும் தெரியவில்லை. கதவைத் திறந்தான். பிரமித்தான்.

மூன்று போலீஸ் ஆபீசர்கள்.

ஸீன் ஆப் க்ரைம்ஸிலிருந்து சுவரில், கட்டிலில் எல்லாம் மெர்க் குரி பவுடர் தடவி விரல் ரேகைகளுக்கு வருடிக் கொண்டிருந்தார்கள்.

சத்யநாதன் சிவராஜைப் பார்த்தார். நெற்றியைச் சுருக்கிக் கொண்டு, 'யார்யா நீ?'

'ப்ரஸ் சார்!'

'அடடா! உன்னை யார் உள்ளே வுட்டா! சொன்னேன் இல்லே, கமிஷனர் ஆபீசுக்கு வாங்க, எட்டுமணிக்கு ஸ்டேட்மண்ட் தரோம்னு.'

'நான் கொஞ்சம் லேட்டா வந்தேன் சார்!'

'வந்தே! வந்த வழியே போய்க்கினே இரு. எங்களை டிஸ்டர்ப் பண்ணாதே!'

'கண்டுபிடிச்சுட்டிங்களா?'

'கண்டுபிடிச்சுருவோம். கவலைப்படாதே!'

'ஜட்ஜைக் கொன்ன அதே ஆளுதான்னு சொல்லிக்கிறானுக!'

'இப்பவே பேசிக்க ஆரம்பிச்சுட்டாங்களா! சரிதான்.'

‘சார் கொஞ்சம் வாரீங்களா’ என்று பால்கனியிலிருந்து ஃபெர்னாண்டஸ் கூப்பிட, சத்யநாதன் ‘போய்யா, போய்ட்டு அப்புறம் வாய்யா!’ என்று அங்கே சென்றார்.

சிவராஜ் சுற்றுமுற்றும் பார்த்தான். ஓரத்தில் ஓர் ஆள் சுவரை சுவாரஸ்யமாக ஆராய்ந்துகொண்டிருந்தான். மற்றவர்கள் பால்கனியின் அருகே இருந்தார்கள்.

சிவராஜ் தன் பையில் மடித்துவைத்திருந்த கடிதத்தைப் பின் பக்கமாக மேஜைமேல் இருந்த டெலிபோன் டைரக்டரியின் உள்ளே நடுவில் செருகிவிட்டு அதை மூடினான்.

‘வரேன் சார்!’ என்றான்.

சத்யநாதன் பால்கனியிலிருந்து ‘வராதே போ!’ என்றார்.

சிவராஜ் கட்டடத்தை விட்டு விலகி நின்று பின்பக்கம் பார்த்தான். நெட்டையாக நின்றது கட்டடம். அதைப் பார்த்துச் சிரித்தான். கடிதத்தின் வாசகங்கள் அவன் மனதில் மற்றொரு முறை பளிச்சிட்டன.

> ‘சிரிப்பது யார் என்று இப்போதாவது தெரிகிறதா? ஹஹ்ஹா! என் அடுத்த செயலை எதிர்பார்க்கவும். ஜீவராசி.’

8

கமிஷனர் அலுவலகத்தின் வரவேற்பு அறையில் கூட்டமிருந்தது. பத்திரிகை நிருபர்கள் படையெடுத் திருந்தார்கள். டெலிபோன் தொந்தரவாக ஒலித்துக் கொண்டே இருந்தது ஆப்பரேட்டரின் ஸ்விட்ச் போர்டில் பல விளக்குகள் சிமிட்டிக்கொண் டிருந்தன. கமிஷனர் வந்தவுடன் அங்கே குழப்பம் ஏற்பட்டது. சமகாலத்தில் பலர் கேள்வி கேட்க ஆரம்பித்துவிட்டார்கள்.

'ஒவ்வொருத்தராகக் கேட்டிங்கன்னா உங்களுக்கும் சௌகரியமா இருக்கும். எங்களுக்கும் சௌகரியமா இருக்கும்' என்றார் சத்யநாதன்.

'இந்தக் கொலை செய்தது ஜீவராசிதானே?' என்றார் மெயில்.

'அதை இன்னும் நிரூபிக்கலையே! அவன் இதை செஞ்சிருக்கிறதுக்கு சாத்தியங்கள் இருக்குதுன்னு சொல்லலாம். டாக்டர் பிரகாஷுடைய வேலைக் காரன் ஒரு ஆளைக் காணோம். அவன்கூட இதுக்கு உடந்தையா இருக்கலாம்னு நம்பறோம். அந்த ஆளைக்கூடத் தேடிக்கிட்டிருக்கோம்...'

'கமிஷனர் சார், எங்க ஆபீசில இன்னொரு லெட்டர் வந்திருக்கு. 'முன்னாலேயே சொன்னேன். போலீஸ் கேக்கலை. சிரிச்சாங்க. இப்ப சிரிக்கிறது யார்?'னு ஒரு சிரிச்ச மூஞ்சி படம் போட்டு' என்றார் முரசு.

'ஆமா... வந்திருக்கிறது! என்ன செய்யச் சொல்றீங்க?'

'அந்த ஆளைப் புடிச்சிருவீங்களா?'

'புடிச்சிருவோம். புடிச்சிருவோம். கொஞ்சம் சமயம் ஆகும்.'

'எத்தனை நாள்?' -தினகரன்.

'எத்தனை நாள்னு எப்படிச் சொல்ல முடியும்?'

'ஒரு நாள், ஒரு வாரம் ஏதாவது ஒரு ஐடியா இருக்கும்லே!' நிருபர் தன் மற்ற நண்பர்களைப் பார்க்க அவர்கள் தலையாட்ட, தொடர்ந்தார். 'ஏன்னா, ஏற்கெனவே நகரத்தில் ஒரு பீதி பரவ ஆரம்பிச்சுடுச்சு பாருங்க... அடுத்தது யாருன்னு எல்லாரும் கேக்கறாங்க...'

'பீதி பரவறதுக்கு யார் காரணம்? நீங்கதான். மன்னிச்சுக்கங்க. இந்தக் கேஸ்ல பத்திரிக்கைக்காரங்க பொறுப்பாவே நடந்துக்கல. நான் ஏற்கெனவே 'முரசு'கிட்ட சொன்னேன். கொஞ்சம் அடக்கி வாசிங்க; இரண்டு மர்டருக்கு கனெக்ஷன் இருக்கான்னு தீர்மானமாத் தெரியறதுக்குள்ளே சென்ஸேஷன் வேண்டாம்னு சொன்னேன்.'

'செய்தியை வெளியிடறதுக்கு உரிமை இல்லையா?'

'உரிமை இருக்கு... ஆனா நீங்க என்ன போட்டிங்க! 'முரசு' எங்கேய்யா?'

பழனிவேல் முரசு கொண்டுவா, கருப்பில் நெடிதுயர்ந்த தலைப்புச் செய்தியைப் படித்தார்.

'அறிவித்துச் செய்த கொலை!!'

'போலீஸ் மலைக்கிறதா!!'

'மக்களிடையே பீதி-பரபரப்பு!!!!'

மக்கள் பீதிப்படறதுக்கு முன்னாலேயே நீங்க பீதிப்பட வெச்சுர்றீங்க. இன்னிக்கு எங்க ஆபீசுக்கு எட்டு போன்கால் வந்திருக்குது. எல்லோரும் 'ஜீவராசி'யைப் பக்கத்து வீட்டில் பார்த்தேன். எதிர்த்த வீட்டில் பார்த்தேன், கருப்பா இருக்கான், சிவப்பா இருக்கான், உசரம், குள்ளம்னு...' இவங்க ஒவ்வொருத்தர் பின்னாடியும் நான் கான்ஸ்டபிள் அனுப்பிச்சு ஆகணும்... அப்ப ஜீவராசிங்கறது யாரு? ஒரு பிம்பம். ஒவ்வொருத்தரும் அவுங்க அவுங்களுக்கு வேண்டப்படாத ஆசாமிகளை

ஜீவராசி ஆக்கிடறாங்க! எத்தனை குழப்பம் பாருங்க, பத்திரிகைக் காரங்களுக்கு ஒரு பொறுப்பு வேணாம்?'

'பொதுமக்களுடைய பத்திரத்துக்குத்தானே போலீஸு?'

'இதப் பாருங்க, இந்த நகரத்தில் 30 லட்சம் ஜனங்க இருக்காங்க. போலீசுடைய எண்ணிக்கை 3000. நகரம் பூரா ஒரு பீதி பரவிடுச்சுன்னா எங்களால மட்டும் எப்படிச் சமாளிக்க முடியும்?'

'ஜீவராசிங்கறதைப் பத்தி ஏதாவது தெரிஞ்சுக்கிட்டிங்களா?'

கமிஷனர் சற்றுத் தயக்கத்துக்குப் பிறகு 'நிறையத் தெரிஞ்சிக் கிட்டிருக்கோம்.'

'விவரமாக சொல்ல முடியுமா?'

'விவரமா...' மறுபடி யோசித்தார் சத்யநாதன். அவர் அருகில் வந்து ஏதோ சொன்னார்.

'விவரமாச் சொல்றதில ஒரு பேஜார் இருக்குது. நீங்க பத்திரி கையிலே போடுவீங்க. அதை அவன் கண்டுகிட்டு தலைமறைவா ஆய்ட்டான்னா ஜில்லா ஜில்லாவா அண்டை மாநிலங்களில் எல்லாம் தேடவேண்டியிருக்கும். அவனை இங்கே வெச்சுத்தான் புடிக்கப் போறோம். அதுவரைக்கும், 'போலீஸ் திணர்றாங்க, அவங்களுக்கு இன்னும் ஒண்ணும் தெரியலை'ன்னே போட்டுக் கிட்டே வாங்க... பரவாயில்லை. எங்களுக்குச் சாதகமாகுது!'

'அப்ப விவரம் அதிகம் கிடைக்கலைன்னு தெரியுது!'

'ஏய்யா விதண்டாவாதம் பண்றே?'

'அடுத்த கொலை என்னான்னு லெட்டர் வந்துச்சா?'

'இல்லையப்பா, எங்களுக்கு வர்லை. உங்களுக்கு வந்தாச் சொல்லுங்க.'

'மிஸ்டர் கமிஷனர்...' என்று ஹிந்து யோசித்து ஆரம்பிக்க, சத்யநாதன், 'தட்ஸ் ஆல்! நிறைய நேரமாய்டுச்சு. நீங்கள்லாம் வந்ததுக்கு வந்தனம். எங்களுக்கு நிறைய வேலை இருக்கு...' என்று கூட்டத்தைக் கலைத்தார்.

அச்சகத்தில் சிவராஜ் தனியாக இருந்தான். லெட்டர் பிரஸ், ரோட்டரி, ஆஃப்செட் இயந்திரங்கள் தணங்ஜணங் என்று

தொழில் முன்னேற்ற பஜனை செய்துகொண்டிருந்தன. சினிமா போஸ்டர்கள் வர்ண வர்ணமாக வழுக்கி விழுந்தன. சிவராஜ் மெல்ல அந்த மேஜைக்குச் சென்றான். ஒரு பெரிய வெள்ளைக் காகிதத்தை எடுத்துக்கொண்டான். கரிய நிற ஃபைபர் பென்சில் ஒன்றை எடுத்துக்கொண்டான். பெரிய பெரிய எழுத்துக்களில் எழுதினான்.

தான் எழுதினதை ஒரு முறை பார்த்துக்கொண்டான்.

சிரித்துக்கொண்டான்.

கேமரா ரூமுக்குச் சென்றான். மிகப் பெரிய கேமரா, மடிப்பு மடிப்பாக கருப்பு பெல்லோஸ், பாலிஷ் செய்த மரச்சட்டம், லென்ஸ், எதிரே சதுர வடிவில் ஒரு ஃப்ரேம். அந்த ஃப்ரேமில் தான் கொண்டுவந்த காகிதத்தைப் பொருத்தினான். மெயின் ஸ்விட்சைப் போட்டான். நான்கு பக்கங்களிலிருந்தும் உக்கிர மான கார்பன் ஆர்க் விளக்குகள் தம்மைத்தாமே எரித்துக் கொண்டு அதிக வெளிச்சம் காட்டின. புகை மெலிதாகப் படர்ந் தது. சிவராஜ் கேமராவை ஃபோகஸ் செய்தான். அவன் எழுதி யிருந்த எழுத்துக்கள் துல்லியமாகத் தெரிய, திட்டிக்கொண்டான்.

25ம் தேதி

எதிர்பாருங்கள்

அடுத்த செயல் என்ன?

ஜீவராசியின்.

என்றது. லென்ஸை மறைத்து ஆஃப்செட் மாஸ்டரை பிம்பத்தின் இடத்தில் அமைத்து லென்ஸின் மூடியைத் திறந்து தன் கைக் கடிகாரத்தைப் பார்த்துக்கொண்டு கொஞ்ச நேரம் காத்திருந்தான். மூடினான்.

மாஸ்டரை எடுத்துக்கொண்டு, எக்ஸ்போஷர் ரூமுக்குச் சென்றான்.

கமிஷனர் அலுவலகத்தில் சத்யநாதன், பெர்னாண்டஸ், பழனி வேலு மூவரும் மௌனமாக இருந்தார்கள்.

'என்னய்யா பண்றிங்க எல்லாரும்! ஸ்லோ! வெரி ஸ்லோ! வோட்டர்ஸ் லிஸ்டைப் பாத்தீங்களா?'

'பார்த்தம் சார். ஒவ்வொருத்தரா செக் பண்ணிக்கிட்டு...'

'தீபாவளிவரை செக் பண்ணிக்கிட்டே இருப்பீங்க! அவனானா பிசாசு புடிச்சாப்பல ஒவ்வொருத்தராத் தீர்த்து கட்டிட்டு இருக்கான். ரிடையர் ஆற சமயத்தில் இந்தத் தலைவலி! இதப் பாருங்க சத்யநாதன், இன்னிக்குத் தேதி என்ன?'

'இருபது சார்.'

'இருபத்தி அஞ்சாம் தேதிக்குள்ளே இந்த ஆளை அரெஸ்ட் பண்ணலை, நாம எல்லோரும் முக்காடு போட்டுக்கிட்டு காசி ராமேசுவரம்னு போயிறலாம். என்ன?'

என்ன பதில் சொல்வது என்று திகைத்தார்.

'என்ன ஆச்சு அந்த டாக்டர் கேஸில, நாயை கீயை விட்டுப் பாத்தீங்களா?'

'லிஃப்ட்ல ஏறமாட்டேன்னிடுச்சு சார்!'

'மூத்திரம் போவுதாக்கும்! அப்புறம் ப்ரிண்ட்ஸ் ஏதாவது கிடைச்சுதா?'

'பொதுவா டாக்டருடைய கைவிரல் பிரதிகள்தான் கிடைச்சுது. அப்புறம் ஒண்ணு ரெண்டு அன்னியப் பிரதிகளும் கிடைச்சுது. ஜீவராசியோட ஒத்துப் போவலை!'

'என்ன சொல்றிங்க. அவன் அங்கேயே வரலைன்னா?' சிரித்தார்.

'வந்திருக்கான் சார். லெட்டர் வெச்சிருக்கானே! ஒரு விஷயம் சார். இந்த லெட்டர் நேத்துத்தான் கிடைச்சுது. சம்பவம் நடந்த தினத்தில் ரூமைத் தலைகீழாப் புரட்டி இருக்காங்க. அன்னிக்குக் கிடைக்கலை அது...'

'சரியாப் பார்த்திருக்க மாட்டாங்க. டைரக்டரிக்குள்ள செருகியிருந்ததில்லே!'

'இருந்தாலும் முத நாள் அது கிடைச்சிருக்கணும் சார். எனக்கென்னவோ...'

ஒரு போலீஸ் இன்ஸ்பெக்டர் அவசரமாக வந்து சல்யூட் அடித்து விட்டு உதவி கமிஷனர் சத்யநாதனிடம் பேசினார்.

'என்னய்யா?' என்றார் கமிஷனர்.

'நம்ம ஆபீஸ் வெளியில ஏதோ ஒரு போஸ்டர் ஒட்டியிருக்குதாம்!'

'என்ன போஸ்டர்?'

'ஜீவராசி!'

கமிஷனர் சற்று அதிர்ந்தார். 'என்னய்யாது சிறுபிள்ளை விளையாட்டு விளையாடறான்.'

அவர்கள் வெளியே வந்தார்கள். கமிஷனர் அலுவலகத்தின் எதிரே காம்பவுண்டுச் சுவரில்... தமிழ் சினிமாக்களும், வாலிபால் பந்தாட்டங்களும், கம்யூனிஸ எதிர்ப்புகளும்... வாரியார் பிரசங்கங்களும், கிறிஸ்தவ ரட்சணை சத்தியங்களும் ஒன்றி வாழும் காம்பவுண்டுச் சுவரில் நட்ட நடுவே பெரிதாக, துல்லியமாக அந்த போஸ்டர் ஒட்டியிருந்தது.

கமிஷனருக்கு ரத்தம் கோபத்தில் கொதித்தது. அருகே சென்று பார்த்தார். அந்த எழுத்துக்கள் ஒவ்வொன்றும் ஒவ்வொரு ஸ்வரத்தில் அவரை நோக்கிச் சிரித்தன.

சத்யநாதன் கூர்ந்து நோக்கினார்.

'என்ன பாக்கறிங்க?'

'ப்ரெஸ்ஸு எதுன்னு!'

'போட்டுருவான்! என்னய்யா நீ! உரிச்சுப் பாருய்யா!'

ஒரு கான்ஸ்டபிள் அதை விரலால் உரித்துப் பார்த்தார்.

'நல்லா ஒட்டியிருக்குதுங்க. காஞ்சு போச்சு.'

'ராத்திரி வந்து ஒட்டியிருக்கான்!'

'இதை நனைச்சு ஊறவெச்சு உரிச்சு எடுத்துகிட்டு வாங்க!'

புல்வெளியில் யோசித்தார். 'என்ன சொல்றிங்க?'

அவர்கள் மௌனமாக இருந்தார்கள்.

'போஸ்டர் அச்சடிக்கிற பிரஸ் மெட்ராஸ்ல எவ்வளவு இருக்கும். அது என்ன சொல்லுவாங்க... லித்தோ ஆப்செட்டுன்னு. அந்த இயந்திரங்கள்லாம் இருக்குமே, அந்த மாதிரி ப்ரெஸ்ஸு...'

'புரியுது சார்.'

'அவனுக்கும் ப்ரெஸ் ஆபீசுக்கும் ஏதோ கனெக்ஷன் இருக்குது. அச்சாபீசில் வேலை செய்யற ஆள் அவனுக்கு உடந்தையா இருக்கான். என்ன ஃபெர்னாண்டஸ்?'

'அவனே அச்சாபீஸ்ல வேலை செய்யற ஆளாவும் இருக்கலாம் சார்.'

'எப்படி?'

'ஜீவராசிங்கற பேரு பேப்பர்ல எல்லாம் பிரபலமாயிருச்சு. இந்தக் கொலைகளில் ஜீவராசி சம்பந்தப்பட்டிருக்கிறது இப்ப எல்லோருக்கும் தெரிஞ்சுபோச்சு. மற்றொரு ஆள் மூலமா இந்த போஸ்டரை அச்சடிக்க வெச்சுருக்கான்னா அந்த மற்றொரு ஆளுக்கு இவன் விஷயம் பூராத் தெரிஞ்சுடும்... அப்புறம் இந்த போஸ்டர்ல இருக்கிற எழுத்துக்கள் கொஞ்சம் அந்தக் கடிதங் களில் உள்ள எழுத்துக்கள் மாதிரி இருக்கிறதா எனக்குப் படுது. அந்த ஜீ பாருங்க... 'த' வன்னாவுக்குக் கீழே சுழி பாருங்க.'

'ஓ எஸ்! ஒண்ணு செய்யுங்க. உடனே இருக்கிற ஆப்செட் பிரஸ், போஸ்டர் அடிக்கிற பிரஸ் எல்லாத்திலயும் டிஸ்க்ரீட்டா விசா ரிக்க ஆரம்பிச்சுடுங்க. சிவராஜ் அல்லது ராஜீவ்ன்னு ஒரு ஆள் வேலை செய்யறானான்னு. முதல்ல அவன் அங்கே வேலை செய் யறதா எடுத்துக்கலாம். அதான் லாஜிக்கு ஒத்து வருது. உடனே செய்யுங்க!'

அலுவலகத்துக்குள் நுழையும்போது கமிஷனர் சத்யநாதனிடம் 'இப்ப கொஞ்சம் தெளியுது. நான் சொன்ன மாதிரி 25-ந் தேதிக்குள் அம்ட்டுடுவான்னு நினைக்கிறேன்' என்றார்.

தபாலாபீசிலிருந்து திரும்பி வந்த சிவராஜ் அறை வாசலில் திகைத்தான்.

'வனஜா! வாட் எ சர்ப்ரைஸ்!'

வனஜா அவனைப் பார்த்துப் புன்னகைத்தாள். 'ஹலோ சிவா! நீங்க என்னை வெறிச்சுப் பாக்கறது முடிஞ்சுடுத்துன்னா கதவைத் திறக்கலாம்' என்றாள்.

'உக்காரு வனஜா.'

'உங்க கேமரா ஃப்ரெண்டு எங்கே?'

'பாலுவா! லேட்டாத்தான் வருவான். உக்காரேன்.'

'அந்த மாதிரி ஃப்ரெண்டெல்லாம் எப்படி டாலரேட் பண்றீங்க. பார்வையே சரியா இல்லியே!'

'ஏன், ஏதாவது தொந்திரவு பண்ணானா?'

'என் கிட்டயா? என்ன ஒரே கந்தரகோளமா ரூமை வெச்சுக்கிட் டிருக்கிங்க?'

'பாச்சலர்ஸ் டென்! என்ன அப்படிப் பார்க்கறே?'

'வாட்ஸ் ராங் வித் யூ சிவா?' வனஜாவின் நேர்ப்பார்வை அவனைத் தாக்கியது.

'ஏன்?'

'இருபது நாளில ரொம்ப டௌனா இருக்கிங்க... கண்ணெல்லாம் குழி விழுந்து, ஷேவ் பண்ணிக்காம... சிகரெட் அதிகம் பிடிக் கிறிங்களா? என்ன ஆயிடுச்சு உங்களுக்கு...'

'அட்வைஸ் பண்ணப் போறியா?'

'இல்லை. பொறுப்பேத்துக்கப் போறேன்.'

'பொறுப்பா!'

'ஆமா, நீங்க இனிமே தினம் ஷேவ் பண்ணிக்கணும். சரியாச் சாப்பிடணும், எண்ணெய் தேய்ச்சுக்கணும், வேலைக்குப் போகணும், வீட்டுக்கு வரணும். சிரிக்கணும். அதுக்கெல்லாம் நான் பொறுப்பேத்துக்கப் போறேன்...'

'புரியலை!'

வனஜா அவன் அருகில் வந்தாள். பெரிய விழிகளால் அவனையே நேராகப் பார்த்தாள். அந்தப் பார்வையில் புன்னகை யின் சந்தோஷத்தில், எதிர்பார்ப்பின், அன்பின் சாயல் இருந்தது.

'சிவராஜ், நீங்க என்னைக் கல்யாணம் பண்ணிப்பிங்களா?'

9

சிவராஜ் திடுக்கிட்டான். 'மறுபடி சொல்லு. சரியாக் கேட்கலை!'

'நீங்க என்னைக் கல்யாணம் செஞ்சுப்பிங்களா?'

'ஓ மை காட்!'

'என்ன!'

'என்ன சொல்றே வனஜா! என்னைப்பத்தி உனக்கு...'

'முழுக்கத் தெரியும், அதனால்தான்!'

தலையாட்டினான். 'இல்லை வனஜா, என்னை உனக்குத் தெரியாது. நான்... நானில்லை.'

'இதப் பாருங்க, அப்பா எனக்குத் தீவிரமா மாப் பிள்ளை தேடிண்டிருக்கார். அன்னிக்கு அமெரிக்கா அக்கா வந்து பார்த்து உயரம் ஜாஸ்தின்னுட்டுப் போயட்டாளா? அப்புறம் ஒத்தனைப் புடிச்சு வெச்சுருக்கார். ராஞ்சியில ஏதோ இன்ஜினியராம். வந்து பார்த்தான். மீசை வெச்சுண்டு ஆடு திருடின கள்ளன் மாதிரி முழிச்சான். என்னைப் பார்க்க வந் திருந்தானா, என் தங்கையைப் பார்க்க வந்திருந் தானான்னு அடிக்கடி சந்தேகம் வந்தது. உன் ஹாபி என்னன்னான். புஸ்தகங்கள்னேன்.

'நீங்க என்ன படிப்பிங்க?'ன்னேன். 'ராணி'யாம். அப்புறம் பத்திரிகைல வர்ற தொடர்கதை எல்லாம் பைண்டு பண்ணி வெக்கிறது தான் பொழுதுபோக்காம். மெட்ராஸுக்கு வந்து தினம் ஒரு தமிழ்ப் படமாப் பார்த்துத் தீர்த்துட்டான்.'

'இளமை ஊஞ்சலாடுகிறது'ல ஸ்ரீப்ரியா ஆக்டிங் எப்படி?'

'லட்சுமி மோகனை கல்யாணம் பண்ணிண்டுட்டாளாமே?'

'ஸ்ரீவித்யா, சுஜாதா எல்லாரும் கல்யாணம் ஆனப்புறமும் நடிக்கிறாளாமே! எப்படி?'

'இவனோட நான் ராஞ்சியில போய் தொடர்கதை பைண்டு பண்ணிண்டு எந்தெந்த நடிகை பிள்ளையாண்டிருக்கான்னு தகவல் சேர்த்துண்டு இருக்கணும். வரதட்சிணை வேற!'

'வேண்டாம்னு சொல்லிடறது?'

'சொல்லிட்டேன். இந்த முறையே சரியில்லை சிவா. முழுக்க முழுக்க ஒரு அன்னியனை அரைமணி பார்த்துட்டு நம்ம வாழ்க்கையையே அவன்கிட்ட ஒப்படைச்சிட்டு ரயில் ஏறி அவன் பின்னால் போறது எனக்கு சம்மதமில்லே. அதான் தீர்மானம் பண்ணிட்டேன். தெரிஞ்சவரை, அறிஞ்சவரை, நெஞ்சார நினைக்கிறவரைக் கல்யாணம் பண்ணிக்கிறதா. அது நீங்கதான், வரதட்சிணை உண்டா?'

சிவராஜ் திகைத்துத் திகைத்துக் காரணங்கள் தேடினான். வனஜாவின் அருகாமை வழக்கத்துக்கு அதிகமாக இருந்தது. வனஜாவின் வாசனை தெரிந்தது. அவள் உதடுகள் விரும்பத் தக்கவையாக இருந்தன. இவளா! எனக்கா!

'இதப் பார்! எனக்கு வேலை இல்லே! ப்ரஸ்ல டெம்பரரியாத்தான் இருக்கேன்!'

'வேலையைப் பற்றிக் கவலைப்படாதீங்க. அப்பா பாத்திரக் கடையைப் பார்த்துக்க ஆளில்லாமத் தவிக்கிறாரு. மாப்பிள்ளை மேனேஜர். எவ்வளவு சம்பளம் வேணும் உங்களுக்கு?'

'உங்கப்பா என்ன சொன்னார்?'

'அப்பாகிட்ட இன்னும் சொல்லலை. உங்களை முதலில் கேட்கணும். உங்க அபிப்பிராயம் என்னங்கறது தெரிஞ்சிக்கணும்.

நீங்க வேற ஒருத்தியை நினைச்சுக்கிட்டிருந்திங்கன்னா? சிவராஜ், என்னைப் பிடிக்கிறதா உங்களுக்கு?'

'பிடிக்கிறது. ஆனா நான் யாருன்னு இன்னும் உனக்குத் தெரியாது வனஜா.'

'நீங்க யாருன்னு தெரிஞ்சுத்தானே கல்யாணம்! நீங்கதானே சொல்லியிருக்கிங்க. கல்யாணம் என்கிறது வாழ்நாள் பூரா ஒருவரை ஒருவர் தெரிஞ்சுக்க முயற்சி பண்றதுன்னு. சிவா நீங்க என் வாழ்க்கையில ஒரு ஆதர்சம். உங்க மாதிரி படிச்சவர், பண்பட்டவர், புத்திசாலி, வெற்றி அடையாம இருக்கிறது வாழ்க்கையோட அபத்தங்களில் ஒண்ணு. ஆனா உங்க புத்தி சாலித்தனம் ஒரு பெரிய மூலதனம். அது எங்க ஃபேமிலிக்குப் போதும். எதைப் பத்தியும் நீங்க கவலைப்பட வேண்டாம். நான் எங்கப்பாவைச் சமாளிச்சுடுவேன்! மாட்டேன் கீட்டேன்னு சொன்னா வீட்டைவிட்டு வந்து இந்த ரூம்ல உங்களோட இருந்துடுவேன். எனக்கு 22 வயசாறது. ரிஜிஸ்தர் பண்ணிடலாம். அதுக்கெல்லாம் கூடத் தேவையிருக்காது. எங்கப்பா முதல்லே கத்துவார். அப்புறம் சமாதானமாயிடுவார். எனக்கு அவரைத் தெரியும். என்ன சொல்றிங்க சிவா?'

சிவராஜ் மௌனமாக இருந்தான். அவனுக்கு அழுகை வந்தது. டூ லேட் வனஜா! இப்போது வந்து கேட்கிறாயேடி பாவி! இருந் தால் என்ன? என்னை யார் இதுவரையில் கண்டு பிடித்திருக் கிறார்கள்? யாரால் கண்டுபிடிக்க முடியும்?

யாராலும் முடியாது. எதற்காக நான் பயப்படவேண்டும்? இன்று போட்ட லெட்டர்?

வனஜா! எத்தனையோ தடவை கேட்க நினைத்து கேட்கத் தயங்கி கவிதைகளாக நோட்டுப் புத்தகத்தில் மாறிவிட்ட எண்ணங்கள். எனக்கு இந்தச் சமயத்தில் இவள் அதிர்ஷ்டமா! அல்லது ஒருவித கேலியா? யார் கேலி செய்கிறார்கள்?

வனஜா அவன் பதிலுக்குக் காத்திருந்தாள். உட்கார்ந்து செய்தித் தாளை அசுவாரஸ்யமாகப் புரட்டிக் கொண்டிருந்தாள்.

'ஜீவராசி பற்றி திடுக்கிடும் தகவல்கள்.'

'இந்த ஜீவராசியைப் பத்திப் படிச்சியா வனஜா?'

'படிச்சேனே! இப்ப அதானே பெரிய சென்ஸேஷன். வரபோது கூட மவுண்ட் ரோடில ஜெமினிக்கு எதுத்தாப்ல கூட்டம். ஜீவ ராசியோட போஸ்டர் ஏதோ ஒட்டியிருக்காம்!'

'நீ என்ன நினைக்கிறே?'

'ஹி இஸ் க்ரேஸி! பேச்சை மாத்தாதீங்க சிவா. நான் கேட்டதுக்குப் பதில் சொல்லுங்க சிவா.'

க்ரேஸி! கோபம் வந்தது. எதிரே புன்னகைத்துக்கொண்டிருந்த அவளை அப்படியே படுக்கையில் வீழ்த்தி...

அவள் தோளின்மேல் கைவைத்து, கொத்தாக அவளைத் தன்பால் இழுத்துக்கொண்டான்.

வாசல் கதவில் பாலு தெரிந்தான். 'க்கும்! ஸாரி. தப்பான சமயம் வந்துவிட்டேன்!'

வனஜா விலகிக் கொண்டாள்!

பாலு உள்ளே வந்து அவர்களை ஒரு தடவை பார்த்துவிட்டு அலமாரியில் ஏதோ தேடினான். 'நான் இன்னும் அஞ்சு நிமிஷத்திலே வெளியே போறேன். நீங்க இருக்கலாம்.'

'இட்ஸ் ஆல்ரைட் மிஸ்டர் பாலு. நானும் சிவராஜும் கல்யாணம் பண்ணிக்கப் போறோம்!'

பாலு ஆச்சரியப்பட்டு, 'இஸ் இட்! ஓ க்ரேட் க்ரேட் க்ரேட்! கையைக் குடுறா! ஓசைப்படாமக் காரியத்தை முடிச்சுட்டியே!' பாலு சிவராஜின் பொம்மைக் கையைக் குலுக்கினான்... 'இவனையா கல்யாணம் செஞ்சுக்கப் போறீங்க! சரியாப் பாத்திங்களா, எவ்வளவு அழுக்கா இருக்கான். ஒரு ஷேவ் உண்டா, ஒரு தலை வாரல் உண்டா! ஐ அம் மச் டிஸ்அப்பாய்ண்டட். மிஸ் வனஜா, என்ன மாதிரி ஆளுங்க எல்லாம் பக்கத்திலேயே தயாரா இருக்கிறபோது போயும் போயும் இவன்தான் அகப்பட்டானா!'

'சும்மா இர்றா பாலு' என்றான் சிவராஜ். அவன் குரலில் எச்சரிக்கை இருந்தது.

'என்ன சிவா, எனக்கு பதில் என்ன?'

சிவராஜ் அவளை நேராக, ஆதி மனிதத்தனமாகப் பார்த்தான்!

'ஆல் ரைட் வனஜா. எனக்குச் சம்மதம்...'

'சந்தோஷத்துடன் வனஜா அவனை நோக்கி வந்தாள்.'

'எல்.எல்.ஏ. கட்டடத்தில் அந்த மாடி ஹாலில் கூட்டமில்லை. முன் வாசலில் துணியில், நீலத்தில் 'தமிழ்ப் பாதுகாவல் விழா!' என்று எழுதியிருந்தது. உள்ளே ஒரு நூறு பாதுகாவலர்கள், கூட்டம் முடிந்ததும் கிடைக்கப்போகும் போண்டா காப்பிக்காகக் காத்திருந்தார்கள்.

மேடையில் நடுநாயகமாகத் திரு தண். அழகரசன் எம்.எல்.ஏ. வீற்றிருந்தவாறே பேசிக்கொண்டிருந்தார். மைக்கின் சந்திர வளையத்தைப் பிடித்துக்கொண்டு

'கனவும் நனவும் பொதுளிய பொன் சுரங்கம்! கன்னலினும் இனிய மென்மைத் தென்றல். நம் மூச்சிலும் பேச்சிலும் என்றும் தமிழ் தமிழ் தமிழ் என்று தமிழ் பரப்புவோம். நன்றி வணக்கம்' என்று முடித்தார். சோகையாகக் கைத்தட்டினார்கள்.

பொருளாளர் அறிக்கை வாசிக்க, செயலாளர் நன்றி கூற சிற்றுண்டி வழங்கலுக்குப்பின் கூட்டம் இனிதே முடிய, மாலை, எலுமிச்சை இரண்டையும் செயலர் எடுத்துவர, அழகரசன் தன் கார் நோக்கிச் சென்றார்.

'அடுத்த தடவை மாடில கூட்டம் வெக்காதீங்க...' என்றார் அழகரசன்.

'இன்னிக்கு ஞாயிற்றுக்கிழமை. புதுப்படம் வேற ரிலீஸ் ஆயிருக்குது பாருங்க. அதான் கூட்டம் வரலை.'

'நான் கூட்டத்துக்குச் சொல்லலை! என்னிய மாடிப்படி ஏறக் கூடாதுன்னு டாக்டருங்க சொல்லியிருக்காங்க.'

அழகரசனின் டிரைவர் மரியாதையுடன் காரைத் திறந்து காத்திருக்க, சுற்றிலும் பழக்க தோஷத்தில் இரண்டு மூன்று தடவை வணங்கிவிட்டு உள்ளே உட்கார்ந்தார். கார் கிளம்பியது.

அழகரசன் ஏமாற்றத்தில் இருந்தார். இந்தத் தமிழ் பாதுகாவல் இயக்கத்தை இவர்தான் ஆரம்பித்தவர். தூய எண்ணங்களோடு தொடங்கிய இந்த இயக்கம் எதிர்பார்த்த அளவு வளராதது கண்டு அவருக்கு வாட்டமே! அழகரசன் தூய தமிழ்ப்பிரியர்.

நிர்வாண நகரம் ♦ 81

நல்லந்துவனார், பிச்சி வடிவு போன்ற தமிழ்ப் பெயர்கள் அவருக்குப் பிடிக்கும்.

தன் காரில்கூட கொஞ்ச தினங்கள் ம.ச.கை. கஉகஉ என்று நம்பர் பிளேட் போட்டுக்கொண்டிருந்தார். டிராஃபிக் கமிஷனர் ஆபீசில் எதிர்ப்பு வந்தது. நிறுத்திவிட்டார். அதற்கு ஒரு மறியல் செய்ய எண்ணம் உண்டு. எங்கே! நேரமே கிடைப்பதில்லையே! அவர் பெயர் சுந்தராஜன். ஜாதி தமிழ்ச்சாதி.

முதன் முதலில் பல்லாவரத்தில் ஜல்லியடித்தார்! காசு புரண்டதும் ஆந்திரா-சென்னை பார்டரில் பஸ் ஓட்டினார். காசு அதிகமாகி யது. அரசியலுக்குத் தமிழ், அந்தரங்கத்துக்கு பிட்டர்ஸ்காட் விஸ்கி. எடுத்த படம் டப்பிங் படம், ஜோதிலட்சுமி-கிருஷ்ணா நடித்து மொழி மாற்றப்பட்டு மொஃபஸலில் பி, சி சென்டர் களில் ஓஹோ என்று பிய்த்துக்கொண்டு ஓடியது. எழுபதினா யிரத்துக்கு டப்பிங் ரைட்ஸ் வாங்கின படம் ஏழு லட்சம் தந்தது.

அழகரசன் 'தூய தமிழ்' என்று ஒரு புத்தகம் எழுதி பிரதிகள் யாவும் வீட்டில் இருக்கின்றன. உள்ளங்கை சிவக்க அன்பளிப்பாகக் கொடுத்துக் கொடுத்தும் 500 பிரதிகள் இன்னும் பாக்கி இருக்கின்றன.

அழகரசனை அரசியல் சென்ற தேர்தலில்தான் பிடித்தது. எந்தக் கட்சியிலும் சேராமல் தன் ஜாதி ஓட்டர்கள் அதிகமாக இருக்கும் தொகுதியில் நின்று தண்ணீராகச் செலவழித்து இலவசமாக ஜோதிலட்சுமி படம் காட்டி அதிக ஓட்டு வித்தியாசத்தில் ஜெயித்துவிட்டார்.

அவர் ஒரு பின் சீட் எம்.எல்.ஏ. ஒரு விஷயத்தை அடையும் வரை தான் அவருக்கு ஆவேசம். அடைந்தவுடன் அடுத்த விஷயத்துக் குத் தாவிவிடுவார். எல்லாவற்றிலும் அப்படியே. முதலில் கார், அப்புறம் ஒரு லட்சம், அப்புறம் பத்து லட்சம். அப்புறம் அந்தப் பெண், அப்புறம் எம்.எல்.ஏ. பதவி, இப்போது மந்திரியாவதற்கு முயற்சி. அதற்கு முன்தான் இந்த உபாதை வந்துவிட்டதே!

டிரைவர் மௌனமாகச் செலுத்திக்கொண்டிருக்க,

'ஒரு சிகரெட் எடுடா' என்றார்.

'இன்னிக்கு இது நாலாவது முதலாளி' என்றான் டிரைவர்.

'எடுறான்னா!'

அவன் ரோடிலிருந்து பார்வை மாறாமல் இடது கையால் எடுத்துக் கொடுத்த சிகரெட் பெட்டியை வாங்கி ஒரு சிகரெட் பிடுங்கி அவசரமாகப் பற்ற வைத்துக்கொண்டார்.

உஷ்ஷ்...ஹா!

நிக்கோடின் மார்பெல்லாம் காய்ந்த நிலத்தில் முதல் மழைபோல் பரவ, அவர் நடுக்கம் குறைய...

'மிஸ்டர் அழகரசன்! இந்த சிகரெட் பழக்கத்தை அத்ரதயா நிறுத்திடணும். மாமிசச் சாப்பாடு, எண்ணெய் பதார்த்தம் எதுவுமே கூடாது. எக்ஸைட்மெண்ட் கூடாது. மாடிப்படி ஏறக்கூடாது. இந்தத் தடவை தப்பிச்சிட்டிங்க. அடுத்த தடவை தப்பிக்க மாட்டிங்க. மையோகார்டியல்ங்கிறது அப்படிப்பட்டது.'

தன் சிகரெட்டைப் பார்த்தார். இன்னும் ஒரே ஒரு இழுப்பு. 'நாற்பது குடித்துக் கொண்டிருந்தவன் நாலுக்கு வந்திருக்கிறேனே! அது போதாதா!'

'ஒண்ணுண்ணா ஒண்ணுகூடக் குடிக்கக்கூடாது.'

'அடப் போய்யா!'

'என்னய்யா கூட்டம் இங்கே?'

ஒரு சுவரொட்டியை நிறையப் பேர் சூழ்ந்திருந்தார்கள். தமிழ்க் காவல் கூட்டத்தைவிட அதிகம்.

'ஜீவராசி போஸ்டர் முதலாளி!'

'என்ன சொல்லுது?'

'அடுத்த செயலை எதிர்பாருங்கன்னு எழுதியிருக்குது.'

'போலீஸ் என்ன செய்யறாங்க? இதுவரைக்கும் புடிக்கலியா?'

'அவனைப் புடிக்க முடியாதுங்க... அவன் கில்லாடியாமில்லே! அசோக் நகரில் ஒரு வீட்டில் வந்திருக்கான். நீலத்தில் குல்லா போட்டிருக்கானாம். முகம் தெரியறதில்லையாம். சடுதியில் காணாமப் போய்ட்டானாம். பதினாறு அடி தாவறானாம்!'

'எல்லாம் புரளி!'

நிர்வாண நகரம் ♦ 83

'இல்லீங்க. பார்த்த ஆள் சொன்னாரு.'

அழகரசன் வீடு வந்து சேர்ந்து, அய்யர் செய்து வைத்திருந்த பூப்போன்ற இட்லியும் சாம்பாரும் சாப்பிட்டார். ஒரு தம்ளர் மோர் சாப்பிட்டார். குடும்பத்தினர் அனைவரும் தொலைக்காட்சி பார்த்துக்கொண்டிருந்தார்கள். மாடிக்குத் தன் அறைக்குச் சென்றார்.

அன்றைய கடிதங்கள் மேசைமேல் இருந்தன. மதுரையிலிருந்து ஓர் அழைப்பு. ஜீவா பிக்சர்ஸின் புதிய படத்துக்கு ஓர் அழைப்பு. அப்புறம் இது என்ன கடிதம்? கையெழுத்து பரிச்சயமில்லாததாக இருக்கிறதே!

பிரித்தார், படித்தார்.

அன்புள்ள உயர்திரு தண் அழகரசன் எம்.எல்.ஏ. அவர்களுக்கு.

ஜீவராசி என்கிற பெயரை நீங்கள் கேள்விப்பட்டிருப்பீர்கள், இல்லையெனில் சமீபத்திய தினசரிப் பத்திரிகைகளைப் பார்க்க.

அழகரசன்! நீங்கள் மூன்று காரியங்கள் செய்யவேண்டும். உடனே!

1. தி.நகர் கோபதி நாராயணசாமி செட்டித் தெருவில் உள்ள விழியிழந்தோர் பள்ளிக்கு உடனே ரூ. ஒரு லட்சம் நன்கொடை அளிக்கவேண்டும்.

2. இந்த வருஷத்தின் சிறந்த புதுக்கவிக்கு ரூபாய் பத்தாயிரம் பரிசளிப்பதாக தினமணியில் ஒரு விளம்பரம் கொடுக்க வேண்டும். அதற்கான நடுவர் பட்டியல் நான் தருகிறேன்.

3. தாம்பரத்தில் இருக்கும் அபலைப் பெண்களின் சரணா லயத்துக்கு ரூ. ஒரு லட்சம் நன்கொடை தரவேண்டும்.

இந்த மூன்று செயல்களையும் உடனே செயல்படுத்திவிடுங்கள், இம்மாதம் 25-ம் தேதிக்குள்.

ஏனென்றால் நீதிபதி தயானந்த், டாக்டர் பிரகாஷ் இருவருக்கும் ஆன கதி உங்களுக்கும் ஆகக்கூடாதல்லவா!

தமிழ் வாழ்க!
ஜீவராசி.

படித்ததும் அப்படியே உறைந்து நின்றார் தண் அழகரசன்!

கொஞ்சம் நேரம் போனதும்தான் தொலைபேசி ஒலித்துக் கொண்டிருப்பதை உணர்ந்தார். எடுத்தார்.

'அழகரசன்!'

'கொஞ்சம் இருங்க. கமிஷனர் உங்களோட பேச விரும்பறார்.'

10

தண் அழகரசன், எம்.எல்.ஏ. டெலிபோன் எடுத்துப் பேசும்போது எப்போதும் 'ஹலோ'வுக்குப் பதிலாக 'தமிழ் வாழ்க' என்றுதான் சொல்பவர். இன்று 'அழகரசன்' என்று சொன்னதற்குக் காரணம் பயம்.

'வணக்கம். நான் கமிஷனர் பேசறேன். எங்களுக்கு ஒரு கடுதாசி வந்தது.'

'உங்களுக்கும் வந்துடுச்சா?'

'உங்களுக்கு அனுப்பிச்சதன் பிரதியைத்தான் எங்களுக்கும் அனுப்பி இருக்கிறான். நீங்க பயப்படாதீங்க.'

'அந்த ஆளைப் புடுச்சுட்டிங்களா?'

'இல்லை!'

'பின்ன? பயப்படாதேன்னு சொல்றதுக்குத்தான் போன் பண்ணிங்களா?'

'இல்லிங்க. நீங்க எதுக்கும்...'

'என்னய்யா எதுக்கும் புதுக்கும்? அந்த ஆளு எத்தனை தினமா வெளியில் இஷ்டப்படி உலாத்திக்கிட்டிருக்கான். இஷ்டப்படி கடுதாசி எழுதிக்கிட்டிருக்கான். போஸ்டர் ஒட்டிக்கிட்டிருக்கான். நீங்க இதுவரைக்கும் ஒண்ணும் செஞ்சதாத் தெரியலையே!'

'செஞ்சிக்கிட்டு இருக்கோம். புடிச்சுருவோம். இதுல நீங்க கொஞ்சம் ஒத்துழைக்கணும்.'

'என்ன செய்யச் சொல்றீங்க? அவன் வந்தா 'லபக்'குனு புடிச்சு உங்கிட்ட ஒப்படைச்சுரணுமா? அதுக்குள்ள என்னை சீவிடப் போறான். ரூவா கேட்டிருக்கானே?'

'அதெல்லாம் நீங்க அவசரப்பட்டுக் குடுத்துறாதீங்க. ஒண்ணும் நடக்காது. முதல்ல காவலுக்கு ரெண்டு கான்ஸ்டபிள் போட்டிருக்கோம். இன்னேரம் அவுங்க உங்க வீட்டுக்கு வந்து சேர்ந்திருப்பாங்க... அப்பால நீங்க ஒரு வாரத்துக்கு உங்க பொதுக்கூட்டங்கள், மேடைப் பேச்சுக்கள் எல்லாத்தையும் கேன்சல் பண்ணிப்பிடுங்க.'

'ரூமுக்குள்ளே உக்காந்துக்கணுமா? ஏதோ புராணக் கதைல வருமே, பாம்பால சாவுன்னு? எல்லாத்தையும் அடைச்சுட்டு உட்கார்ந்திருந்தானாமே ராஜா.'

'ஒரே ஒரு வாரம் ஜாக்கிரதையா இருந்துடுங்க. அவனைப் பத்தி நிறையத் தெரிஞ்சு வெச்சுருக்கோம். ஒரு வாரத்தில் புடிச்சிருவம்னு நம்பிக்கை இருக்குது. கொஞ்சம் ஒத்துழைப்புத் தந்திங்கன்னா...'

'சரி சரி.'

அழகரசன் டெலிபோனை எறிந்தார். மறுபடி அந்தக் கடிதத்தைப் படித்தார். புதுக்கவிதைக்குப் பத்தாயிரம், சரணாலயத்துக்கு லட்சம்! 'இவன் அப்பன் வீட்டுச் சொத்தோ!' என்று காற்றுடன் பேசினார். உடம்பு படபடத்தது. மாத்திரை எடுத்து விழுங்கித் தண்ணீர் குடித்தார். நிமிர்ந்தார். கயல் நின்றுகொண்டிருந்தாள்.

அவள் பெயர் கயல் என்று பார்த்தவர்களால் ஊகிக்க முடியாது. ஏதோ இந்தி சினிமாவிலிருந்து திரையைக் கிழித்துக்கொண்டு வந்தவள் போலப் பெண். மார்பில் சொக்காய். வலது பக்கம் ஒரு வர்ணம். இடது பக்கம் ஒரு வர்ணம். கரிய கூந்தல். சமீபத்தில் அவள் பூப்பெய்தியபோது அழகரசன் நன்னீராடல் விழாவுக்கு ஏற்பாடு செய்திருந்தார். கயல் அந்தத் தமிழ் விழாவை அசிங்கம் என்று ஒதுக்கிவிட்டாள். கயல் படிக்கும் காவியங்கள் எல்லாம் ஹெரால்ட் ராபின்ஸ், ஜேம்ஸ் ஹேட்லி சேஸ் போன்றவர்களின்

படைப்புக்களே. தமிழ்ப் பத்திரிகைகளின் மூலைகளில் வரும் துணுக்குகளை எழுத்துக்கூட்டிப் படிக்குமளவுக்கு தமிழறிவு.

'ஏன் ஒரு மாதிரி இருக்கீங்க?'

'ஒண்ணுமில்லைம்மா.'

'இல்லை டாட்! சொல்லிடுங்க. ஃபேஸ் ஒரு மாதிரி எக்சார்சிஸ்ட்ல வர மாதிரி ஆயிருக்குது. சின்னம்மாகூட மறுபடி சண்டையா?'

அழகரசனுக்கு அழுகை வந்தது. யாரிடமாவது சொல்ல வேண்டும். தன் இரண்டாம் மனைவியிடம் சொன்னால் உள்ளூர சந்தோஷப்பட்டாலும் படுவாள். கயல் துப்பறியும் கதைகள் படிக்கிறாள். என்ன சொல்கிறாள் பார்க்கலாம்...

மகன் இல்லாதது அழகரசனுக்குக் குறை. (இரண்டாவது திரு மணத்துக்கு அதைத்தான் காரணமாகச் சொன்னார்.) சிலவேளை கயலை 'டா' போட்டுக் கூப்பிடுவார்.

'இதைப் படிரா கண்ணு.'

கயல் அந்தக் கடிதத்தை எழுத்துக் கூட்டிப் படிக்க ஆரம்பித்தாள். அழகரசன் பொறுமையின்றி அதைப் பிடுங்கிப் படித்துக் காண் பித்தார். கயல் கேட்டு வியப்பானாள்.

'கிரேட்! ஜீவராசி இங்கே வரப்போறானா? ரொம்ப அழகா இருப்பானாம். காலேஜிலே எல்லாம் பேசிக்கிட்டாங்க. அந்தப் பையன் ஒரு பெரிய நடிகருடைய மகன்னு சொல்லிக்கிறாங்க!'

'அய்யோ! உங்கிட்டேபோய் சொன்னேனே! மகளே? கேள்ரா! இது தீவிரமான விஷயம்னு உனக்குத் தெரியலியா! உறைக் கலியா? இந்த ஆள் ஏற்கெனவே ரெண்டு கொலை செஞ்சுருக் கான். அடுத்தது என்கிட்ட வரப் போறான்! உனக்குப் புரியலியா?'

'கொல்றதாச் சொல்லலியே! பணம்தானே கேட்டிருக்கான்?'

'ஆமாம். அதனால்.'

'குடுத்துடு டாட்! குடுத்துட்டா விட்டுர்றான். உங்கிட்டதான் நிறையப் பணம் இருக்குதே...'

'சரிதான், குடுத்துட்டு அடுத்தது அவனைக் கல்யாணம் செஞ்சுக் கிட வேண்டியதுதான்னு சொல்லுவே!' தலையில் அடித்துக் கொண்டார். 'கயல்! இது ஒரு அபாயகரமான விசயம். சட்ட

சபையில் இதைப்பத்தி ஒத்திவைப்புத் தீர்மானம் கொணர்ந்து கலக்கிடப் போறேன்! என்ன போலீஸ் நடத்துறானுக. அவனவன் மந்திரிகள் சுற்றுலாவுக்கு போனா கம்பத்துக்கு கம்பம் போலீசை நிறுத்தி வெச்சுக்கறானுங்க! சோமாரிங்க!'

'டாட்! ஒரு டெர்ர்ர்ர்ரிஃபிக் ஐடியா!' என்று கயல் குதித்தாள்.

'என்னடா?'

'கணேஷ்னு ஒரு சூப்பர் லாயர் இருக்கார். அவர்கிட்ட நாம கன்சல்டேஷன் செய்தா என்ன?'

'கணேஷா?'

'ஆமா டாட்! என் ஃப்ரெண்ட்ஸ் எல்லாம் சொல்லுவாங்க. ரொம்ப க்ளவர் லாயராம். அவர் அசிஸ்டென்ட் வஸந்த்னு ஒருத்தர் இருக்காராம். ரெண்டு பேருமே ஸ்மார்ட்டா இருப்பாங்களாம்.'

'நீ என்ன அவுங்களை வெச்சு சினிமா எடுக்கப் போறியா?'

'இல்லை டாட்! அவுங்ககிட்ட கேஸை விட்டுறலாம். நிச்சயம் கண்டுபிடிச்சுடுவாங்க! நான் அரேஞ்ச் பண்ணட்டா?' டைரக்டரியைப் புரட்டினாள்.

'அவுங்ககிட்ட டெலிபோன்ல இதைச் சொல்லாதே. வீட்டுக்கு மட்டும் வரச் சொல்லு. ரொம்ப ஃபீஸ் வாங்குவாங்களோ!'

கயலுக்கு கணேஷின் சரியான டெலிபோன் நம்பரைக் கண்டுபிடிக்க பதினைந்து நிமிஷமாயிற்று. கிடைத்ததும் ஒரு பெண் குரல், 'மன்னிக்கவும், கணேஷ் வெளியே போயிருக்கிறார். ஏதாவது செய்தி சொல்ல வேண்டுமா?' என்று கேட்க, 'எப்போது திரும்பி வருவார்?' என்றாள். பெண் குரல் 'மன்னிக்கவும், கணேஷ் வெளியே போயிருக்கிறார். ஏதாவது செய்தி சொல்ல வேண்டுமா?' என்றது மறுபடியும்.

'ஷோவ் இட் அப் யுர் ஆஸ்' என்றாள் கயல்.

'என்னம்மா புரியாம திட்டறே!'

'டேப் ரிக்கார்டப்பா! நீங்க கவலைப்படாதீங்க. நான் எப்படியாவது பார்த்து அவுங்க ரெண்டு பேரையும் கூட்டிக்கிட்டு வந்துர்றேன்.'

நாற்பது வருஷமாக திருவல்லிக்கேணியில் டைலராக இருந்த வழுக்கையாளர் டி.என்.ராவின் கடையில் வெள்ளைக்காரன்

காலத்தில் தைத்த சில்க் சூட்டுகளுக்கெல்லாம் சர்ட்டிபிகேட்டுகள் அழுக்காக மாட்டியிருந்தன.

சிவராஜ் பொம்மைபோல் நின்றான்.

'36, 47, 8, 23 முன்பக்கம் பாக்கெட் வெச்சுறலாங்களா?'

'வெச்சிறலாம்' என்றாள் வனஜா.

'பனானா காலர் வெச்சிறலாமா?'

'வெய்யுங்க! இதப் பாருங்க ராவ். எவ்வளவு ஃபாஷனா, எவ்வளவு மாடர்னா தெக்க முடியுமோ அவ்வளவு தெய்யுங்க. அப்படியே இவரை மாத்திரணும். சும்மா அப்படி அமிதாப் பச்சன் மாதிரி! என்ன சிவா?'

'ஃபாரின் போறீங்களா சாமீ?'

'இல்லை, மாம்பலம் போறார். மேரேஜ் விஷயமா.'

'கங்க்ராஜுலேஷன்ஸ்' என்றார் ராவ். சிவராஜ் பிரமித்தான். அளவுகளுக்கிடையில் வனஜா அவனைப் பார்த்துச் சிரித்தாள்.

'இப்ப எங்க போறோம்?'

'அப்பாவைப் பார்க்க. இன்னும் கோவமாத்தான் இருக்கார். அவர் சொல்றதுக்கு எல்லாம் தலையை ஆட்டிடுங்க சிவராஜ். கொஞ்ச நேரத்தில் சரியாயிடுவார். அவருக்கு உள்ளூர ஒரு ரிலீஃப்தான். செலவு எவ்வளவு குறைஞ்சுடுத்து பாருங்க. பி.எஃப்ல கடன் வாங்கவேண்டாம். நம்ம கல்யாணத்துக்கு மொத்தமே அஞ்சாயிரம்தான் செலவழிக்கிறோம்.'

'நல்லது, அதுவே ஜாஸ்தி.'

'சாயங்காலம் சிம்பிளா ஒரு ரிசப்ஷன். என் சினேகிதி ஃப்ரீயாப் பாடறா. நன்னாவே பாடுவா! உங்களுக்கு பாட்டில் இண்ட்ரஸ்ட் உண்டுல்ல?'

'ம்.'

'ஏன் ஒரு மாதிரி இருக்கிங்க! பயமா இருக்கா எங்கப்பாவை சந்திக்கிறதுக்கு?'

'பயமா!' சிரித்தான்.

பயமில்லை பெண்ணே! உன்னை ஏமாத்தறேனே! உன்கிட்ட என் ரகசியத்தைச் சொல்லாம உன்னைக் கல்யாணம் செஞ்சுக்க சம்மதிச்சிருக்கேனே. எப்படி நம்ம இல்வாழ்க்கை இந்தப் பிரம்மாண்டமான பொய்யில் ஆரம்பிக்க முடியும். எப்படிச் சொல்வேன்! தப்பிக்கிறதுக்கு வாய்ப்புக்கள் இருக்கிறதனாலே சொல்லாமலேயே சமாளிச்சுறலாம்னு எண்ணமோ! இத்துடன் நிறுத்திட்டேன்! இனிமே செய்ய மாட்டேன்! திருந்திட்டேன்! யாருக்கும் தெரியாது. எந்த ...னும் கண்டுபிடிக்க முடியாது.

வனஜாவின் அப்பா வாசலில் முறைப்புடன் உட்கார்ந்திருந்தார்.

'அப்பா, சிவராஜ் வந்திருக்கார்ப்பா.'

'ஹூம்' என்றார். அமானுஷ்யமாகக் கோபம்.

'குட் ஈவினிங் சார்!' அவர் அவனை முறைத்தார். 'ஒரு வேலை ஸ்திரமில்லை! கையில் காசில்லை. ரெண்டு பேரும் கல்யாணம் பண்ணிண்டு என்ன கிழிக்கப் போறேள்?'

'சார், நான் அவ்வளவு அவசரமா இல்லே. உங்க பொண்ணுதான் அவசரப்படுத்தறா. எனக்குக் கல்யாணத்தை ஒத்திப்போடச் சம்மதம்தான்.'

'ஒத்திப் போடறது என்ன, கேன்சல் பண்றதுன்னு நினைச்சிண்டிருக்கேன்.'

'அது மட்டும் முடியாது' என்று இருவரும் ஒரே சமயம் சொல்லித் திடுக்கிட்டு, ஒருவரை ஒருவர் பார்த்துக்கொண்டு சிரித்தார்கள்.

'சிரிங்கோ. பத்திண்டு வர்ரது.'

வனஜா ஜாடை காட்ட, சிவராஜ் அவள் சொல்லிக்கொடுத்தபடி 'சார், நீங்க கவலைப்படாதீங்க. கல்யாணத்துக்கு அப்புறம் உங்க கடைப் பொறுப்பை எல்லாம் நான் பார்த்துக்கறேன். உங்களுக்கு ஒரு பெண் கிடைச்சாப்பலன்னுதான் வெச்சுக்கங்களேன்.'

'பையன்! பையன்!' என்றாள் வனஜா.

'ஸாரி! உங்களுக்கு ஒரு பையன் கிடைச்சாப்பலன்னு வெச்சுக்கங்களேன்.'

'சரி சரி, உள்ளே போய் டிபன் சாப்பிடுங்கோ.'

இண்டோர் ஸ்டேடியத்தில் கூட்டம் நிரம்பி வழிந்தது. நட்ட நடுவே இருந்த 70 வயதுக்கார ஜப்பானியரை அத்தனைப் பேரும் பார்த்துக்கொண்டிருந்தார்கள். கராத்தேயின் இன்றைய 'கடவுள்' கோகன் யமாகுச்சி. உலகத்தின் ஒரே ஒரு பத்தாம் நம்பர் கறுப்பு பெல்ட், கூட்டத்தினரைத் தன் திறமையான கராத்தே பயிற்சிகளால் புல்லரிக்கச் செய்தார். அதன்பின் அந்தக் கிழ இளைஞர் புன்னகையு டன் பார்த்திருக்க மூன்று தடவை உலக சாம்பியன் சாக்கா மோட்டோ, தமிழ்நாட்டைச் சேர்ந்த வஸந்துக்கு மூன்றாவது டிகிரி கறுப்பு பெல்ட்டை அணிவிக்க ஸ்டேடியம் முழுவதும் ஆரவாரம் செய்தது.

கணேஷ் கை தட்டிக்கொண்டே அருகில், 'நீயும்தான் வஸந்த்னு பேர் வெச்சிண்டிருக்கே! ஒரு மஞ்சள் பெல்ட்டுகூட இன்னும் பேரலை!' என்றான்.

வஸந்த், 'டயமில்லை பாஸ்! பாதில நின்னுபோச்சு பாஸ்! என்ன ஒரு பாடி பாத்திங்களா' என்றான்.

'சாக்கா மோட்டோவுக்குத்தானே? சூப்பர்ப்.'

'இல்லை. அந்த எதிர் காலரில எம்.ஜி.ஆருக்குப் பின் வரிசையில உட்கார்ந்திருக்காளே!'

'யாராவது ஐ.ஜி. ஆஃப் போலீசுடைய டாட்டரா இருக்கும். எங்கே கிளம்பிட்டே?'

'போய் விசாரிக்கலாம்னு.'

'வாலண்டியர்ஸ் எல்லாரும் கராத்தே தெரிஞ்சவங்களா இருப்பாங்க. ஷுட்டோ ஊசின்னு சோலார் ப்ளெக்ஸ்ல ஒரு வெட்டு வெட்டிடப் போறா. ஏகப்பட்ட வேலை பாக்கி இருக்குது. கிளம்பலாம் வா.'

வஸந்த் அந்த எதிர்சாரிப் பொண்ணுக்குப் பிரியா விடை கொடுக்க, கணேஷால் உந்தப்பட்டு கட்டடத்துக்கு வெளியே அவர்கள் வந்தார்கள்.

நூற்றுக்கணக்கான கார்களிடையே கணேஷ் தன் ஃபியட்டைத் தேர்ந்தெடுத்து ஒரு கோபமான ரிவர்ஸில் சீறி கியர் மாற்றி வெடித்துப் புறப்பட்டான். 60 கி.மீ.ரில் கணேஷ் தன் உதடுகளில் சிகரெட் பொருத்திக்கொள்ள வஸந்த் அதைப் பற்றவைத்தான். டாஷ்போர்டில் செருகியிருந்த மாலைச் செய்திகளில் ஆழ்ந்தான்.

'என்ன நியூஸ்?' என்றான் கணேஷ். சாலையில் பிரதான கவனத்துடன் வஸந்த் படித்தான்.

'த.நா. சட்டப் பேரவையில் வரலாறு காணாத அமளி.'

'ஜீவராசி பற்றி ஒத்திவைப்புத் தீர்மானம்!'

'கைகலப்பு ஏற்படும் போன்ற நிலை. ஒருவர் மயக்கம்.'

'மறுபடி ஜீவராசியா! யார்றா இவன்?' என்றான் கணேஷ்.

வஸந்த் தொடர்ந்து படித்தான்.

> சட்டப் பேரவையில் சுயேட்சை உறுப்பினர் அழகரசன், மார்க்சிஸ்ட் கட்சி உறுப்பினர் உமாகாந்த், திமுக உறுப்பினர் முத்து ஆகியோர் ஜீவராசி என்னும் கொலைகாரனைப் பற்றி ஒரு ஒத்திவைப்புத் தீர்மானம் கொண்டு வந்தார்கள்.
>
> அத்தீர்மானத்தின்போது அழகரசன் பேசும்போது கூறியதாவது: கடந்த ஒரு மாதமாக நகரத்தையே பீதியில் ஆழ்த்தி இரண்டு பயங்கரக் கொலைகள் செய்த ஜீவராசி என்னும் சித்தமிழந்த கொலைகாரன் பற்றி போலீஸ் இலாகா இதுவரை ஒன்றும் கண்டுபிடிக்காதது மிகவும் கவலைக்கும் அவமானத்துக்கும் அச்சத்துக்கும் இடமளிக்கும்...

'ப்ளா ப்ளா! அமைச்சர் என்ன சொன்னார்?' என்றான் கணேஷ்.

> ஒத்திவைப்புத் தீர்மானத்துக்குப் பதில் அளித்து அமைச்சர் கூறியதாவது: 'இந்தப் பிரச்னை போலீசின் முழு கவனத்தில் இருக்கிறது. வழக்கின் தற்போதைய நிலையில் போலீசின் சில கண்டுபிடிப்புகளை வெளியிடமுடியாத நிலையில் இருப்பதால்...

'ஒண்ணும் கண்டுபிடிக்கலைன்னு அர்த்தம்...'

கார் லிங்கிச் செட்டித் தெருவில் சந்து திரும்பி அவன் ஆபீஸ் அறை வாசலில் வந்து நிற்குமுன் கணேஷ் அவளைக் கவனித்தான்.

'லுக் வஸந்த்!' அந்தப் பெண் நின்றுகொண்டிருந்தாள்.

வஸந்த் பார்த்து, கார் நிற்பதற்குள் இறங்கி 'ஹாய்' என்றான்.

'ஹாய்' என்றாள்.

11

‘உங்க பேரு?’ என்றான் வஸந்த்.

‘கயல்.’

‘மொத்தப் பேரே அவ்வளவுதானா? இல்லை கண்ணுக்கு மட்டுமா?’

‘ஹௌ ஸ்வீட்’ என்று சிரித்தாள். உடனே, ‘நான் சிரிக்கக் கூடாது. வந்திருக்கிற விஷயம் ரொம்ப சீரியஸ்’ என்றாள்.

‘கயல்... எப்படி ஸ்பெல்லிங்? கே...ஏ...ஒய்?’

‘சீஸ் இட் வஸந்த்! சொல்லுங்க மிஸ். விஷயம் என்ன?’ என்றான் கணேஷ்.

சுற்றுமுற்றும் பார்த்தாள். புஸ்தகங்கள், புஸ்தகங்கள், புஸ்தகங்கள். ஆஷ்ட்ரேயில் சமாதியான சிகரெட்டுகள். கோர்ட் காகிதங்கள். டெலிபோனுக்கு அருகே, வெயில் கண்ணாடிக்கு அருகே, நீதி தேவதையின் சிலை. அதன் தராசில் ஒரு கொக்கு பாக்குப் பொட்டலம்.

‘எங்கப்பா அழகரசன் எம்.எல்.ஏ. நீங்க கேள்விப்பட்டிருக்கமாட்டிங்க...’

‘கேள்விப்பட்டிருக்கோம். இப்ப வரபோதுகூட உங்கப்பாவைப்பத்தித்தான் படிச்சுகிட்டே வந்தோம் பேப்பரில்...’

‘சட்டசபையில் பிச்சு உதறி இருக்கார். ஜீவராசி கேஸ்ல ‘ஷேம் ஆன் யூ’ன்னுட்டு அமைச்சர்கிட்ட...’

‘அவரேதான்.’

‘நீங்க எந்த காலேஜ்?’

‘எத்திராஜ்.’

‘என் சிஸ்டர்கூட எத்திராஜ்தான்!’

‘அவனுக்கு சிஸ்டரே கிடையாது. நீங்க மேலே சொல்லுங்க.’

‘ஜீவராசி எங்கப்பாவுக்குக் கடுதாசி எழுதியிருக்கான்!’

‘என்ன?’

‘ரெண்டு லட்சத்துப் பத்தாயிரம் மொத்தம்! இல்லைன்னா முந்தின ரெண்டு பேருக்கும் ஆன கதி உனக்கும் ஆய்டும்னு பயமுறுத்தல்!’

‘இண்டரஸ்டிங்! போலீஸ்கிட்ட சொல்லிட்டாரில்லே?’

‘அவுங்களுக்கும் கடுதாசி போயிருக்குது.’

‘ஸோ?’

‘உங்ககிட்ட வந்திருக்கேன்.’

‘எதுக்கு?’

‘நீங்க அந்த ஆளைக் கண்டுபிடிச்சுத் தரணும்.’

‘சரிதான்!’ என்று கணேஷ், வஸந்தைப் பார்த்தான்.

‘ஓ எஸ்! எடுத்துக்கிட்டாப் போறது!’

‘டோன்ட் பி சில்லி வஸந்த்! போலீஸ்படை பூரா அந்தக் கேஸை விசாரிச்சிக்கிட்டிருப்பாங்க. அவுங்ககிட்ட இருக்கிற வசதிகளும் கம்யூனிகேஷனும்.. அவுங்களால கண்டுபிடிக்க முடியலைனா... மேற்கொண்டு பேச்சே இல்லை... இம்பாஸிபிள்.’

‘மிஸ்டர் கணேஷ், உங்களால முடியும்னு நான் நம்பறேன்.’

‘சொல்லுங்க, நல்லாச் சொல்லுங்க!’

'சும்மா இருடா! மிஸ், நீங்க மட்டும் நம்பினாப் போதாது. நான் நம்பணும்...'

'அந்தக் கடுதாசி இருக்குதா!'

'வீட்டில இருக்குது, அப்பாகிட்ட!'

'கடுதாசி வேண்டாம். வஸந்த், மணி என்ன?'

'ஆறு பதினஞ்சு.'

'ஆறு முப்பதுவரைக்கும் நீ பேசக்கூடாது. மிஸ், அனாவசியமா ஒர்ரி பண்ணிக்காதீங்க. போலீஸ் பார்த்துப்பாங்க! அதுவும் எம்.எல்.ஏ. வீட்டில் பலத்த காவல் போட்டிருவாங்க... பயமே இல்லை.'

'மிஸ்டர் கணேஷ், எங்கப்பா ஒரு ஹார்ட் பேஷண்ட் நடுங்கிக் கிட்டிக்காரு. பேசாம பணத்தைக் கொடுத்துத் தொலைச்சுட லாம்னு ஒரு சமயம் சொல்றாரு... ஒரு சமயம் பார்த்துறலாம் என்ன ஆய்டும்கறாரு. ராத்திரி தூங்கலை. ரூமுக்குள்ளே ஒருத் தரும் உள்ள வராதேங்கறாரு... அவருக்கு முதல்ல வேண்டியது ஒரு தைரிய வார்த்தை. கமிஷனரோட ஒரே சண்டை. டெலி போன்ல கூப்பாடு. இந்த நிலையில நீங்க வந்து அவர்கிட்ட பேசி கொஞ்சம் அட்வைஸ் கொடுத்திங்கன்னா நிச்சயம் அவருக்கு ஒரு தெம்பு ஏற்படும்... அது முடியாதா உங்களால! ப்ளீஸ்!'

கணேஷ் அவளை நேராகப் பார்த்தான். கண்களில் அந்தக் கெஞ்சல் இன்னும் பாக்கியிருந்தது.

'இப்ப ஒரு க்ளையண்டை வரச் சொல்லியிருக்கேன்.'

'கேன்சல் ஆய்டுத்து பாஸ். அந்த ஆள் வரதில்லை.'

'மணி என்ன? ஆறு முப்பதா?'

'ஸாரி!'

'நீங்க ராத்திரி வந்தாக்கூட சரி!'

'பார்க்கலாம்.'

'பார்க்கலாம்னு சொல்லாதீங்க! நீங்க வரவரைக்கும் நான் இந்த இடத்தை விட்டுப் போகமாட்டேன்!'

'பிடிவாதம் வேண்டாம். இப்ப நான் வந்து எதுவும் சாதிக்க முடியாது! சும்மா பேசறதுக்கு அங்கே வரணும்னு சொல்றிங்க! அது எனக்கு விரயமாப்படுது.'

'லெட்டரைப் பாருங்க... அப்புறம் போலீஸ்காரங்க என்னென்ன கண்டுபிடிச்சிருக்காங்கன்னு சில விவரங்கள் அப்பாவுக்குத் தெரிய வந்திருக்குது... அதையும் கேட்டு...'

'கேட்டு?'

'மேற்கொண்டு எங்கப்பா என்ன செய்யணும்னு நீங்க சொல்லலாமே!'

'அதை போலீசே சொல்லியிருப்பாங்களே!'

'போலீஸ் ஒண்ணும் சொல்லலை! 'கம்முனு வீட்டில் இருங்க. எல்லா என்கேஜ்மெண்டையும் கேன்சல் செய்துடுங்க!' அவ்வளவுதான்!'

'நானும் அதைத்தான் சொல்வேன்!'

'எனக்கென்னவோ அந்தக் கடுதாசியைப் பார்த்தா உங்களுக்குப் புதுசா ஏதாவது தோணும்னு தோணுது.'

'ஸாரி, மத்தவங்க ஃபீல்டில குறுக்கிடறதில எனக்கு இஷ்டம் இல்லை.'

'ஸாரி, நான் இந்த இடத்தைவிட்டுப் போகப்போறதில்லை!'

'அப்ப இருங்க! வஸந்த்! அந்த ஜெயராம் ரெட்டி ஃபைலைக் கொண்டு வா!'

வஸந்த் கயலைப் பார்த்துக்கொண்டே அந்த ஃபைலைத் தேடி மேஜைமேல் வைத்தான்.

'என்னிக்கு ஹியரிங்?'

வஸந்த் கைக்கடிகாரத்தைக் காட்டினான். 6-25.

'ஏண்டா உயிரை வாங்கறே! பேசித் தொலை.'

'18-ம் தேதி பாஸ்!'

கயல் சுதந்தரமாக உட்கார்ந்தாள். புத்தகச் சுழல் அலமாரியைச் சுழற்றினாள். ஒரு புத்தகத்தைத் தேர்ந்தெடுத்தாள். 'ஹோலி பைபிள்.'

'நீங்க பைபிள் கூடப் படிப்பிங்களா?'

'அது என்னது!' என்றான் வஸந்த்.

பிரித்தாள். முதல் பக்கத்தில் அழகாக அச்சிட்டிருந்தது.

'இந்த பைபிள் கிடியன் சங்கத்தினரால் இந்த ஹோட்டல் அறையில் வைக்கப்பட்டிருக்கிறது.' அதன்கீழ் பேனாவில், 'இந்த பைபிள் ஆர்.வஸந்த் என்பவரால் அந்த ஹோட்டல் அறையிலிருந்து நீக்கப்பட்டிருக்கிறது.'

வஸந்தைப் பார்த்துச் சிரித்தாள்.

'என்ன செய்யறது? எனக்குப் புஸ்தகம்னா அவ்வளவு இஷ்டம்.'

'வஸந்த், லா ஆஃப் டார்ட்-ஸை எடு.'

கணேஷ் புத்தகத்தில் ஆழ்ந்தான். அந்தப் பெண் பைபிள் படித்தாள். வஸந்த் 'கயல்! ஒரு ஸிலபிள்!' என்றான்.

'ஷட் அப்!'

அந்தப் பெண் அப்படியே உட்கார்ந்திருந்தாள். கணேஷ் அவளை முறைத்துப் பார்த்தான். ஆர்வத்துடன் அந்த பைபிளை ஏதோ துப்பறியும் நவீனம்போலப் படித்துக்கொண்டிருந்தாள்.

'ஆல் ரைட் யூ வின்! நான் வரேன்.'

அவள் உடனே சந்தோஷத்துடன் 'தாங்க்யூ! தாங்க் யூ... மிஸ்டர் வஸந்த். வேணும்னா நீங்களும் வாங்களேன்.'

'வேணும்னாவா! சரிதான்' என்று கண்களில் பொய் மயக்கம் காட்டினான் வஸந்த்.

திரும்பத் திரும்ப அந்த அழைப்பிதழ் அச்சாகிக் கொண்டிருந்தது. சிவராஜ்-வனஜா, சிவராஜ்-வனஜா.

'உங்க கல்யாணக் கடுதாசி அச்சாகிறதை நீங்களே பார்க்கறது ஒரு விதத்தில் டமாசுதான் இல்லே' என்றான் தனபால்.

சிவராஜ் பேசாமல் இயந்திரம் தரும் காகிதங்கள் ஒன்றன்மேல் ஒன்று படிந்து படிந்து உயரமாவதைக் கவனித்துக் கொண் டிருந்தான்.

இன்னும் பத்துநாட்கள்! ஒன்பது, எட்டு, ஏழு, என்று ஒவ்வொன் றாகக் குறையக் குறைய அந்த உண்மை சொல்லும் கணத்தை ஒத்திவைப்புச் செய்துகொண்டே இருக்கப்போகிறேன்! திருமணம் செய்துகொள்ளப் போகிறேன்! நான் நானா! எனக்கா திருமணம்! அபத்தம்! யாரை ஏமாற்றுகிறேன்? இப்போதே சொல்லிவிட்டால் என்ன! அதுதான் சரி. டெலிபோன் இருக்கிறது. வனஜா வீட்டில் இருக்கிறாள். பக்கத்து வீட்டு டெலிபோன் நம்பர் தெரியும். கூப்பிடுவார்கள். கூப்பிட்டு, 'வனஜா, உன்னிடம் ஒரு மிகப் பெரிய விஷயத்தை இதுவரை மறைத்து வைத்திருக்கிறேன். அதை இன்று நான் சொல்லியே ஆகவேண்டும். இல்லையென்றால் மண்டை வெடித்துவிடும்.

அச்சகத்தின் முன் அறைக்கு வந்து டெலிபோனை எடுத்து எண்களைச் சுழற்றினான்.

என்கேஜ்ட்.

காத்திருந்தான்.

'யார்யா பிரஸ்ஸில்?'

திரும்பினான். உயரமாக, புதிதாக கிராப் வெட்டி மீசையில் அதிகாரம் தென்பட ஒருவன் நின்றுகொண்டிருந்தான்

'என்ன வேணும்?'

'முதலாளி எங்கே?'

'வீட்டுக்குப் போயிட்டாரு.'

'நீ யாரு?'

'இங்கே வேலை செய்யறவன். நீங்க?'

'சொல்றேன். இந்த பிரஸ்ஸில் சிவராஜ் அல்லது ராஜீவ்னு யாராவது வேலை பார்க்கறாங்களா?'

சிவராஜுக்குச் சட்டென்று உறைத்தது. போலீஸ்!

அவனுடைய மூளையிலிருந்து ஒவ்வொரு நரம்பிலும் செய்திகள் புறப்பட்டன. ஜாக்கிரதை, ஜாக்கிரதை.

'என்ன பேரு சொன்னீங்க?'

'சிவராஜ்!'

'அப்படி ஒருத்தரும் இல்லையே!'

'ராஜீவ்?'

'அப்படியும் யாரும் இல்லையே!'

'நிச்சயமா தெரியுமா?'

'நிச்சயமா.'

'அட்டெண்டன்ஸ் ரிஜிஸ்தர் இருக்குதா?'

'நீங்க யாரு சொல்லலியே!'

'போலீஸ்! ஒரு கேஸை விசாரிச்சிக்கிட்டிருக்கோம். அட்டெண்டன்ஸ் ரிஜிஸ்தரை எடு. இங்கே வேலை செய்யறவங்க பேர் எல்லாம் எழுதியிருக்கும் இல்லே?'

'தேடிப்பார்க்கணும்!'

'தேடு! உள்ளே யாரு?'

'அசிஸ்டண்ட் தனபால்!'

'உன் பேர் என்ன?'

'என் பேரு பாலகிருஷ்ணன்.'

'சரி, சரி, ரிஜிஸ்தரை எடு.'

சிவராஜின் கை நடுக்கத்தை அவன் கவனிக்கவில்லை. ஒரு சிகரெட் பற்ற வைப்பதில் கண்ணும் கருத்துமாக இருந்தான்.

ரிஜிஸ்தரில் அவன் பெயர் இரண்டாம் பக்கத்தில் மேலே இரண்டாவது வரியில் இருக்கிறது.

'சிகரெட் குடிக்கக் கூடாதுங்க! காயிதம் பத்திக்கும்.'

'முன்னாலேயே சொல்லக் கூடாதா!'

'அப்படி கொஞ்சம் தள்ளி வெளியில நின்னுக்கிட்டு குடிங்க.'

அவன் செல்கையில் சரக்கென்று இரண்டாம் பக்கத்தைக் கிழித்தான்.

ரிஜிஸ்தரை அவனிடம் கொண்டுபோய்க் கொடுத்தான்.

அவன் அதைப் பிரித்து அந்தப் பெயர்களின் வரிசை மேல் விரலை ஓடவிட்டான்.

ஷண்முகம், ஆரோக்கியச்சாமி, பீட்டர், கலைச்செல்வன், ராம ராஜ், பிரகாஷ், வடிவேலு, பாலகிருஷ்ணன், தனபால்...

'அவ்வளவுதானா?'

'அவ்வளவுதாங்க...'

உள்ளேயிருந்து தனபால் வெளிப்பட்டான். 'கொஞ்சம் சென்டரிங் உதைக்குதுங்க...' என்று சொல்லிக்கொண்டே வந்தான். கையில் அந்தத் திருமண அழைப்பிதழ்.

'யாரு?'

'போலீஸ்!'

'போலீஸா?'

'உன் பேர் என்னய்யா?'

'தனபால்! போலீஸ் எதுக்கு இன்னேரத்தில்?'

'கையில என்ன?'

'கல்யாணக் கடுதாசி! இவருடையது!'

சிவராஜ் ஒருகணம் செயலற்று நின்றான்.

'எங்கே கொடு பார்க்கலாம்' என்று அந்த போலீஸ்காரன் அந்த அழைப்பிதழை வாங்கிக்கொள்ளவில்லை. பதிலாக 'வாழ்த்து கள்' என்றான். 'சரி வரேன். இந்தப் பக்கம் இதே மாதிரி பிரஸ் இன்னொண்ணு இருக்குதாமே!'

'நேராப் போனா முதல் சந்தில இருக்குதுங்க! அந்த ஜீவராசி யாருன்னு கண்டுபிடிச்சிட்டிங்களா?'

'ச்!' என்று சொல்லிவிட்டு அவன் புறப்பட சிவராஜ் ஸ்தம்பித்து நின்றுகொண்டிருந்தான்.

'என்னவாம்?' என்றான் தனபால்.

'ஏதோ பேரு விசாரிச்சாங்க!'

'ஜீவராசி கேஸாகத்தான் இருக்கும். சீமான் அவன்! ஆறடி உயரம் இருக்கானாம். சிரிச்ச மூஞ்சியாம். சின்னப் பிள்ளைங்களுக்கு சாக்லேட் தரானாம். ஒரு பிச்சைக்காரனுக்கு பத்து ரூபா நோட்டு எடுத்துக் கொடுத்தானாம்!'

'தனபால், இதெல்லாம் நீ எங்க தெரிஞ்சுண்டே?'

'புஸ்தகமே போட்டிருக்காங்களே, பாஞ்சு பைசாவுக்குக் கூவிக் கூவி விக்கிறான். ஜீவராசி சென்னைவாசின்னு லாவணியே எழுதியிருக்காங்க!'

'அப்படியா?'

சிவராஜுக்குப் புதிய தெம்பு பிறந்தது. வேண்டாம். சொல்ல வேண்டாம். எவனாலும் கண்டுபிடிக்க முடியாது. பெயர் கண்டு பிடித்தால் என்ன? எவ்வளவோ சிவராஜ்!

'இன்னிக்கு என்ன தேதி தனபால்?'

'இருபத்தி மூணு.'

'இருபத்தி ஐந்தாம் தேதி இன்னும் இரண்டு நாள். அதற்கப்புறம் தண் அழகரசன் எம்.எல்.ஏ.வைத் தேடிக்கொண்டு செல்லப் போகிறேன்.

12

கணேஷும் வஸந்தும் அந்தப் பெண்ணுடன் அழகரசன் வீட்டை அடைந்தபோது இரவு மணி 9.30. ஒரு டாஷ்ஹுண்ட் நாய் சினேகிதமாக வாலை ஆட்டிக்கொண்டு வந்து கயலை நக்கிக் கொடுத்தது. உடுக்கு அடிப்பவன்போல் காதுகளை அடித்துக் கொண்டு கூட வந்தது.

'ஸ்வீட் டாக்' என்றான் வஸந்த்.

வாசலில் ஒரு போலீஸ்காரன் நின்றுகொண் டிருந்தான்.

'தெரிஞ்சவங்கதாம்பா' என்று கயல் சொல்ல, அனுமதிக்க, கணேஷ் அந்த வீட்டில் நுழைந்தான். வாசலில் பிரம்பு நாற்காலிகள் காத்திருந்தன. தண் அழகரசன் என்ற போர்டு உள்ளே-வெளியே செய்தி யுடன் தொங்கிக்கொண்டிருக்க, உள்ளே திருவள் ளுவர், திரு.வி.க., சுந்தரம்பிள்ளை, பாரதியார், பாரதிதாசன் போன்றவர்கள் அருகருகே படமாகச் சாய்ந்திருக்க- 'உக்காருங்க, அப்பாவைக் கூட்டியா ரேன்' என்று கயல் சென்றாள்.

அந்த நாய் அவளுடன் உற்சாகமாகச் சென்றது. வஸந்த் கணேஷை ஒரு தடவை பார்த்து, சுற்றிலும் பார்த்தான். தமிழ், தமிழ், சுவரில் டிஸ்டெம்பரில் கூடத் தமிழ் கலந்திருந்தது. ஓர் இயற்கைக் காட்சி,

கண்ணாடியில் போட்டோ ஒன்று, சின்னச்சின்ன இரண்டு பெண்களின் போட்டோக்கள், தஞ்சாவூர்த் தட்டு, கடிதங்கள் அடுக்கடுக்காக வைத்திருந்த ஒரு பிளாஸ்டிக் என்னமோ.

'வணக்கம்.' அழகரசன் வந்து உடனே உட்கார்ந்தார். கண்களில் தூக்கமின்மை தெரிந்தது...

'வணக்கம்.'

'கயல் சொல்லிச்சா எல்லாம்?'

'சொன்னாங்க' என்றான் கணேஷ்.

தன் ஜிப்பாவின் பக்கவாட்டுப் பைக்குள் இருந்து எடுத்து 'கடுதாசியைப் பாக்கறிங்களா?' என்றார்.

கணேஷ் அதை வாங்கிப் படித்தான். கயல் கணேஷை ஹீரோ ஒர்ஷிப்புடன் பார்த்துக்கொண்டு 'பெரிய ஆளுப்பா இவுரு... பார்க்கறதுக்கு சாதுபோல இருக்காரில்லே! எக்கச்சக்க மூளை! இவரால கண்டுபிடிக்க முடியலைன்னா வேற எவராலும் முடியாது.'

'மிஸ் கொஞ்சம் சும்மா இருக்கிறிங்களா?' என்றான் கணேஷ்.

'ஹி இஸ் வெரி மாடஸ்ட்.'

'நீங்க எத்திராஜில என்ன படிக்கிறிங்க?'

'பி.ஏ. லிட்ரேச்சர்.'

'வெரிகுட். ஷேக்ஸ்பியர்ல என்ன உங்களுக்கு?'

'வஸந்த்' என்றான் கணேஷ். வஸந்த் மௌனமானான். கணேஷ் அந்தக் கடிதத்தை முழுவதும் படித்துவிட்டு நிமிர்ந்தான்.

'என்ன சொல்றிங்க?'

'இந்த ஆளு செஞ்சாலும் செஞ்சிருவான். பொதுவா கடிதத்தோட தொனியிலே ஒருவித அலட்சியம், கர்வம், கொஞ்சம் ஸ்க்ரூ லூஸ் எல்லாம் தெரியுது...'

'அப்ப பணம் குடுத்துறலாங்களா?'

'குடுக்கிறதா நீங்க தீர்மானிச்சாக்கூட போலீஸ்காரங்க இதை அனுமதிக்க மாட்டாங்க. அது ஒரு விதத்தில் கோழைத்தனம் இல்லையா?'

'கோழையாவது, மண்ணாவது. நல்ல பாம்போட எனக்கு வீரம் காட்ட விருப்பமில்லை. குடுத்துத் தொலைச்சுறலாம். நாளைக்கு அந்த ரெண்டு ஸ்தாபனங்களுக்கும் போன் பண்ணிடறதா இருக்கேன். அப்புறம் பத்தாயிரம் ரூபா அது என்ன? புதுக்கவிதைக்குக் கேட்டிருக்கான். அதை பேப்பர்ல விளம்பரம் கொடுத்தறலாம்னு உத்தேசம்.'

'சரிதான். பரிபூர்ண சரணாகதியா?'

'வேற ஏதாவது செய்ய முடியுமா சொல்லுங்க.'

'போலீஸ் அதுக்குள்ள புடிச்சுருவாங்க.'

'சொல்லாதய்யா, பத்திக்கிணு வருது. இதுவரை ஒண்ணுன்னா ஒண்ணு பேரலை. என்னவோ சொல்றானுக. 'பேர் கண்டுபிடிச்சிருக்கோம். பிரஸ்ல வேலை செய்யற ஆளு அவன்' என்ன பிரயோசனம், ஆளைப் பிடிக்க முடியலியே!'

'பேர் கண்டுபிடிச்சுட்டாங்களாமா? பரவாயில்லையே?'

'என்னவோ சிவராஜ்னு பேராம்!' கணேஷ் கடிதத்தை மறுபடி பார்த்தான்.

'உங்களுக்கு ஏதாவது ஸ்ட்ரைக் ஆவுதா கணேஷ்?'

'இந்த வருஷத்தின் சிறந்த புதுக்கவிதைக்கு ரூபாய் பத்தாயிரம் பரிசளிப்பதாக தினமணியில் ஒரு விளம்பரம் கொடுக்க வேண்டும். அதற்கான நடுவர் பட்டியல் நான் தருகிறேன்.'

'புதுக்கவிதைங்கிறது என்ன?' என்றார் தன் அழகரசன்.

'வஸந்த்! புதுக்கவிதை...'

'ஓ எஸ்! புதுக்கவிதைங்கறது பாரதியின் வசன கவிதை. கு.ப.ரா.வின் சுயேச்சா கவிதை, இவற்றிலிருந்து புறப்பட்ட நவீன கவிதை இயக்கம். மரபுக்கவிதையிலிருந்தும் சந்தம், தளை, சீர், இவற்றின் கட்டுப்பாட்டுகளிலிருந்தும், சொல்லப்படும் விஷயங்களின் சம்பிரதாய அமைப்பிலிருந்தும் விடுபட்டு எதைப்பற்றி

வேண்டுமானாலும் எப்படி வேண்டுமானலும் எழுத அனுமதிக்கும் ஒரு இயக்கம். இது சிவப்புச் சிந்தனைக்கு மிகவும் ஏற்றதாகியிருக்கும் விஷயம். முதல் புதுக்கவிதைத் தொகுதி சி.சு. செல்லப்பாவின் புதுக்குரல்கள்...'

'ஓ.கே. ஓ.கே. போதும்...'

'சரியான உதவியாளர்யா உங்களுக்கு.'

வஸந்த் கயலைப் பார்த்துச் சிரித்தான்.

'விடியும்வரை பேசுவான்! புதுக்கவிதையிலே ஒரு க்ளு இருக்கு. அப்புறம் இந்த மாம்பலம் பள்ளிக்கும் தாம்பரம் சரணாலயத்துக்கும் ஒரு சம்பந்தம் இருக்குதான்னு பார்க்கணும்... ஆனா இதெல்லாம் போலீஸ் பார்த்திருப்பாங்க.'

'சொல்ல முடியாது. எதுக்கும் நீங்க ஒண்ணு செய்யுங்க. நாளைக்கு உங்களை கமிஷனர்கிட்ட அழைச்சுகிட்டுப் போறேன். உங்ககிட்ட அவுங்க இதுவரை கண்டுபிடிச்சதை எல்லாம் விவரமாச் சொல்லச் சொல்றேன். எனக்கென்னவோ உருப்படியா இதுவரைக்கும் அவுங்க செஞ்சிருக்கிறதா தெரியலை...'

'சேச்சே! அப்படி அவுங்களை அண்டர் எஸ்டிமேட் பண்ணாதிங்க.'

'நாளைக்கு காலைல வரிங்களா?'

'வரோம்.'

'கயல், இவங்களை டிராப் பண்ணிடச் சொல்லிடுறா.'

வஸந்த், 'ஓ.கே. ஸோ லாங்' என்றான் கயலிடம்.

கயல் வாசல்வரை வந்தாள். வஸந்த் அவளிடம், 'முள்ளும் மலரும் பார்த்திங்களா?' என்றான்.

'நான் டமில் மூவிஸ் பார்க்கறதில்லை.'

'சில்வர் ஸ்ட்ரீக் போலாம். வரிங்களா?'

'இப்பவா? மணி பத்து.'

'பத்தானா என்ன. இப்பத்தான் 'யு ஆர் லுக்கிங் அட் ஃபோர் ஹான்ஸ். ஆரின்ட் யூ?' காட்டிண்டிருப்பான்.'

வஸந்த் ஏறக்குறைய நெட்டுருவாய் விளம்பரப் படங்களின் வாசகங்களை ஒவ்வொன்றாக நடித்துக் காட்ட கயல் ரசித்துச் சிரித்தாள்.

'கணேஷ், உங்க ஃப்ரெண்ட் ரொம்ப இண்ட்ரஸ்டிங்' என்றாள்.

'நாளைக்கு இதையே அவன் ரிப்பீட் பண்றபோது சொல்லுங்க. குட்நைட்.'

காரில் கணேஷ் மௌனமாக இருந்தான். 'என்ன பாஸ்! பேசவே மாட்டேங்கறிங்க!'

'நான் அந்த லெட்டரைப் பத்தி நினைச்சுட்டிருக்கேன். நீ அந்தப் பெண்ணைப் பத்தி... வர வர நீ ரொம்ப ஓப்பனா ஃப்ளர்ட் பண்றே!'

'சேச்சே! அப்படி இல்லை பாஸ். அந்தக் கடுதாசியை நான் கவனிக்கலியா என்ன... நல்லாப் பார்த்தேன்.'

'என்ன கண்டுபிடிச்சே?'

'நீங்க என்ன கண்டுபிடிச்சிங்க?'

'நிறைய' என்றான் கணேஷ். 'அவங்க சிவராஜ்னு எப்படிப் பேர் கண்டுபிடிச்சிருப்பாங்க தெரியுமா?'

'ஜீவராசியை ஜம்பிள் பண்ணி! ரொம்ப சிம்பிள் பாஸ்!'

கணேஷ் அவனை முறைத்தான். அப்புறம் சிரித்தான்.

பீட்டர் செல்லர்ஸ்க்கு அந்தப் பெண்ணுடன் படுக்கைக்குச் செல்வதில் சிரமம் இருந்தது. டையைக் கழற்ற வரவில்லை. மிகவும் சிரமப்பட்டு அதைத் தலை வழியாகத் தளர்த்தி ஷர்ட்டைப் பிய்த்து உதறி... ஒரு வழியாகக் கழற்றி...

சிவராஜ், அருகே சிரித்துக்கொண்டிருத்த வனஜாவிடம், 'ஸில்லி, வா போகலாம்' என்றான். 'இன்னும் கொஞ்சம்தான் இருக்கிறது படம்' என்றாள்.

படம் முடிகிற தருணம் பக்கத்தில் எல்லோரும் சிரித்துக் கொண்டிருக்க சிவராஜ் கன்னத்தில் கை வைத்துக் காத்திருந்தான்.

தியேட்டருக்கு வெளியே, 'பிங்க் பாந்தர்போல அவ்வளவு சிலாக்கியமாக இல்லை' என்றாள் வனஜா. டாக்சிக்காரர்கள் வர மறுத்தார்கள். இளைஞர்கள் இடி இடித்ததுபோல் மோட்டார் சைக்கிள்களில் ஆளுக்கொரு பின் சீட் பெண்ணுடன் இருட்டை நோக்கிப் புறப்பட்டார்கள். சிவராஜுவும் வனஜாவும் நடந்தார்கள். வனஜா அவன் கையை நாடிப் பிடித்துக்கொண்டாள். அவள் கை மெதுவாக பூப்போல இருந்தது. 'என்னைக் காப்பாற்று' என்று சொன்னது.

'நான் பஸ்ஸைப் பிடிச்சு ரூமுக்குப் போறேன் வனஜா. நீ மாம்பலம் போய்க்கறியா?'

'என்னைக் கொண்டு வீட்டில் விடமாட்டிங்களா? உங்களுடைய எதிர்கால மனைவிக்கு இதுகூடச் செய்ய மாட்டிங்களா?'

'ஓகே! வரேன்.'

'ஏன் ஒரு மாதிரியா இருக்கிங்க. எப்பப் பார்த்தாலும் ஏதோ சொல்ல வந்து தயங்கறாப்பல இருக்கிறிங்க!'

எவ்வளவு சரியாகக் கணிக்கிறாள் என்று ஓர் எரிச்சல் வந்தது சிவராஜுக்கு. அவள் அவன்மேல் வேணுமென்றே பட்டாள். அவள் உடம்பின் சூடே சிவராஜுக்குப் போதுமானதாக இருந்தது. அவள் பெண்மை அத்தனையும் என்மேல் படரப் போகிறது. இன்னும் சில தினங்களில் இவளைத் தனியறையில் வைத்து மெல்லத் துகிலுரித்து என் ஆண்மையை நிரூபிக்க வேண்டும். அதற்குள்... அதற்குள்...'

'ஏதாவது சொல்லுங்களேன். பேசாம வந்தா எனக்குப் பிடிக்கிறதில்லை.'

'படம் உனக்குப் பிடிச்சிருந்ததா?'

'இவ்வளவுதானா?'

'வனஜா, நாம இந்தக் கல்யாணத்தைக் கொஞ்சநாள் ஒத்திப் போட முடியாதா?'

'பத்திரிகை அடிச்சாச்சு! தாலி கட்டற சமயத்தில சொல்லுங்க!'

'இல்லை வனஜா. உன்கிட்ட ஒண்ணு சொல்லியே ஆகணும்.'

'சொல்லுங்க!'

'நான்... நான்...'

பஸ் வந்தது. வனஜா சிவராஜை இழுத்துக்கொண்டு ஏறிக் கொண்டாள். இருவரும் அருகருகே நின்றுகொண்டிருக்க, பஸ் புறப்பட, ரெண்டு பவர் ஹவுஸ் என்று தன் கைப்பையிலிருந்து சில்லறை எடுத்துக் கொடுத்துவிட்டு 'சொல்லுங்க' என்றாள். அருகே, மிக அருகே முகங்கள்... எல்லோரும் காதைத் தீட்டி வைத்துக்கொண்டிருப்பது போல... எல்லோரும் என் குற்ற ஒப்புதலைக் கேட்டுவிட்டு உடனே போலீஸ் ஸ்டேஷனுக்கு ஓடத் தயாராக!

'இல்லை வனஜா, அப்புறம் சொல்றேன்.'

'நீங்க என்ன சொல்லப் போறிங்கன்னு எனக்குத் தெரியும்.'

திடுக்கிட்டான். 'என்ன?'

மிக அருகில் வந்து, 'இதுக்கு முன்னால ஒரு பெண்ணைக் காதலிச்சிருக்கிங்க! அவ உங்களை கைவிட்டுட்டு கறுப்பா ஒரு ஐ.ஏ.எஸ். பையனைக் கல்யாணம் பண்ணிண்டிட்டா!'

'சேச்சே! தொடர்கதை ஜாஸ்தி படிக்கிறே!'

'பின்னே என்னவாம்?'

'சொல்றேன், சமயம் வர்றப்போ சொல்லிடறேன்!'

'சட்டசபையில் ஜீவராசி' என்ற தலைப்புச் செய்தி உட்கார்ந் திருந்த பிரயாணியிடம் தெரிந்தது.

'அந்த ஆளு பங்களூர்க்காரனாம்யா! அங்கிருந்து வந்திருக்கா னாம்!'

'சேச்சே, அவன் தமிழன்தானுங்க! போலீஸ்ல எனக்குத் தெரிஞ் சவரு ஒருத்தர் சொன்னாரு. அடுத்த கடுதாசி எழுதிட்டானாம். கவிதையிலே எழுதியிருக்கானாம்!'

'யாரைப்பத்திப் பேசிக்கிறாங்க?' என்றாள் வனஜா. 'ஜீவராசி' என்றான் சிவராஜ்.

'அவனை புடிச்சாச்சாம்ல!'

‘எங்கே! அவனா ஆப்புடுவான்! தண்ணிக் காட்டிகிட்டிருக்கானாம்!’

பஸ் திரும்ப, வனஜா சிவராஜைப் பிடித்துக்கொண்டாள்.

பஸ் ஸ்டாண்டிலிருந்து வனஜாவின் வீட்டு வரையில் நடக்கும் போது அவள்தான் பேசிக்கொண்டே வந்தாள். சிவராஜ் யோசித் துக்கொண்டே நடந்தான்.

‘முதல்ல எங்க வீட்டிலேயே இருந்துடுங்க. அப்புறம் மூணு நாலு மாசத்தில உங்களுக்கு ஸ்திரமா அப்பா கடையில் இருக்கப் புடிச்சுப் போச்சுன்னா அப்போ வேறு வீடு பார்த்துக்கலாம். ரூம் போறாது. அதுவும் ஜெயந்தி வயசுக்கு வந்த பொண்ணு. நாம தனியா சினிமா கினிமா போயிட்டு வரது, இருக்கிறது எல்லாம் ஒரு விதத்தில அவளைப் பாதிக்கும்.’

மூலையில் இருட்டு. வனஜா வேணுமென்றே நின்றாள். சிவராஜின் கையைப் பற்றித் தன்மேலே வைத்துக்கொண்டாள். மெத்தென்ற வனஜா! சிவராஜின் அத்தனை நரம்புகளும் தீட்டப் பட்டன. அவன் முகத்தில், கழுத்தில், மார்பில் அவள் கைகள் செலுத்தப்பட ‘நோ வனஜா, லெட்ஸ் வெயிட்!’ என்று விலகிக் கொண்டான்.

திரும்பிச் செல்கையில் மிகவும் யோசித்தான். நின்றான். பஸ் நிலையத்தின் எதிரில் ஒரு ஹோட்டலில் டெலிபோன் இருந்தது. அதன் டைரக்டரியில் எம்.எல்.ஏக்களின் பட்டியலில் அழகர சனின் எண்ணைத் தேடி அவர் விலாசத்தை மறுபடி பார்த்தான்.

சிவராஜ் அழகரசனின் வீட்டுக்கு வந்தபோது மணி பத்தரைக்கு மேல் இருக்கும். வாசலில் காவல் இருந்த போலீஸ்காரனுக்கு ரிலீஃப் இன்னும் வரவில்லை. பசித்தது. மத்தியானம் ஒரு மணியிலிருந்து வாசலிலேயே நிற்கிறான். வீட்டிலிருந்து ஒரு டீ உண்டா! அவனுக்கு எரிச்சலாக வந்தது.

நின்று நின்று அவன் பைல்ஸ் உபத்திரவம் வேறு அதிக மாகியிருந்தது. எங்கே போவது? அப்பாடா என்று உட்கார்ந்தால் தேவலாம்போல் இருந்தது. சற்று தூரத்தில் மெர்க்குரி விளக்கு பச்சையாக ஒளிர ரேடியோ அலர ஒரு டீக்கடை இருந்தது. அங்கே போனால் ஓசியாக ஒரு குஸ்கா அடிக்கலாம். காட்டமாக டீ சாப்பிடலாம். சாப்பிட்டுவிட்டு ஒரு சிஸர்ஸ் பற்ற வைக்கலாம்.

இதோ ரிலீஃப் வரவேண்டிய நேரம். பத்து நிமிஷத்தில் என்ன ஆய்விடும்.

கான்ஸ்டபிள் அந்த டீக்கடைக்குள் சென்று நாற்காலியில் அமிழ்ந்து உட்கார்ந்தார். பிருஷ்ட பாகத்தில் இருந்த நமநமப்பு இதமாக இருந்தது.

சிவராஜ் அந்த வீட்டை நெருங்கினான். வாசலில் கேட் போட்டிருந்தது. அதைத் திறந்தான். உள்ளேயிருந்து டாஷ¯ண்ட் குரைத்தது.

'யாரது?' என்று குரல் கேட்டது.

'அழகரசனைப் பார்க்கணும்.'

'நீங்க யாரு?'

கொஞ்சம்தான் தயங்கினான்.

'நான் போலீஸ் கமிஷனர் ஆபீஸ்ல இருந்து வரேன்! ஒரு முக்கியமான விஷயம்!'

'யாருப்பா அது' என்று மாடியிலிருந்து அழகரசன் குரல் ஒலித்தது.

'கமிஷனர் ஆபீஸ்ல இருந்து யாரோ வந்திருக்காங்கப்பா! பேர் என்ன சொன்னீங்க?'

'இன்ஸ்பெக்டர் பழனிவேலு' என்றான் சிவராஜ்.

'இன்ஸ்பெக்டர் பழனிவேலாம்பா.'

'மேலே வரச் சொல்லு' என்றார் அழகரசன்.

13

கயல் இரவு பதினொரு மணி வரைக்கும் ஆங்கில நாவல் ஒன்றைப் படித்துக்கொண்டிருந்தாள். மெதுவாக அவன் மாடிப்படி ஏறி நிதானமாக அந்தப் பெண் உறங்குவதை ஒரு நிமிஷம் பார்த்துவிட்டு, கோட்டுப் பைக்குள்ளிருந்து ரிவால்வர் எடுத்து அவள் தலைக்கு அருகே பதித்து...

'டுய்க்' என்றது சைலன்ஸர் பொருத்தப்பட்ட அந்தத் துப்பாக்கி, என்று போனது அக்கதை.

கயல் சற்றுப் பயந்தாள். 'அடடா! அப்பாவுக்குப் பால் கொண்டு செல்ல மறந்துவிட்டேனே! அப்பா இந்நேரம் தூங்கியிருப்பார். மேலே சென்ற அந்த இன்ஸ்பெக்டர் என்ன ஆனார்? திரும்பிச் சென்று விட்டாரா? கவனிக்கவே இல்லையே!

கயல் மாடிக்குச் சென்றாள். ரேடியோ அணைக்காமல் கரகரத்துக் கொண்டிருந்தது. விளக்குகள் எல்லாம் எரிந்தன. டெலிபோன்... இது என்ன? டெலிபோன் தூங்கிலிட்டாற்போல் தொங்கிக் கொண்டிருந்தது.

'டாட்! டாட்!...' என்று அவர் அறைக்குள் நுழைந்தாள். திடுக்கிட்டாள்.

அழகரசன் கீழே கிடந்தார். குப்புறக் கிடந்தார்.

'ஓ மை காட்! அம்மா! அம்மா! ஓடி வாங்க! ஓடி வாங்க' என்று வீறிட்டாள்.

அழகரசனின் கண்விழிகள் மேற்சென்று ஒளிந்து வெறும் வெள்ளைதான் தெரிந்தது. வாய் திறந்திருந்தது.

'மை காட்! டாக்டருக்கு டெலிபோன் செய். இல்லை... இல்லை போலீசுக்கு இல்லை டாக்டர்!' அருகே சென்றாள். மறுபடி அவள் வீறிட்ட குரல் இரவைத் துளைத்தது.

கணேஷ் சிகரெட்டை அணைத்துவிட்டு ஒரு முழுங்கு தண்ணீர் எடுத்துக் கொப்பளித்தான். வஸந்த் கொட்டாவியை மென்றான். 'பாஸ், போதும். நாளைக்குக் காலையில் பார்க்கலாம். இந்த ரெட்டி கேஸை. ரொம்பச் சிக்கலா இருக்குது.'

'இல்லை வஸந்த். நாளைக்கு அந்த ஜீவராசியைப் பற்றி யோசிக் கலாம்னு இருக்கேன். இந்த ப்ரீஃபை முடிச்சுறலாம். இன்னும் அரைமணி...'

டெலிபோன் ஒலித்தது.

'யார்றா இது இந்த நேரத்தில்?' கணேஷ் டெலிபோனை எடுத்தான்.

'கணேஷ்.'

'கணேஷ்!' அவ்வளவுதான் அந்தப்பக்கம். அதற்கப்புறம் அழுகைதான் கேட்டது. விசித்து விசித்து அழுகைதான்.

'ஹலோ! ஹலோ! யாரு?'

'கயல்.'

'என்ன விஷயம்? ஏதாவது விபரீதமா?'

'ஆமாம்! அப்பா... அப்பா...' மறுபடி விசும்பல்கள்.

'ஓ மை காட்!'

'என்ன பாஸ்?'

'அழகரசன் காலி!'

'மிஸ், நாங்க உடனே வரோம்... நீங்க போலீசுக்குச் சொல் லிட்டிங்க இல்லே...'

அந்தப் பக்கம் பதிலில்லை.

கணேஷ் டெலிபோனை வைத்தான். சற்று நேரம் ஸ்தம்பித்து நின்றான். வஸந்த், 'என்ன ஆச்சு? ஆள் போய்ட்டாரா?' என்றான்.

'அப்படித்தான் இருக்கணும். ஒரே அழுகை! வஸந்த். மடத்தனம் பண்ணிட்டோம். விஷயத்தை கொஞ்சம் லைட்டா எடுத்துக் கிட்டோம். நான் இப்படியாகும்னு நினைக்கலை. என்னவோ அந்த ஆள் இவ்வளவு அபாயகரமானவன்னு நினைக்கலை. நினைச்சிருந்தா அவரை சிம்பிளா இடமாற்றம் பண்ணும் படியாக்கூட அட்வைஸ் பண்ணி இருக்கலாம்.'

'செத்தே போய்ட்டாராமா?'

'அப்படித்தான் தோணுது. வா, போய்ப் பார்க்கலாம்! இன்னிக்கு சிவராத்திரிதான்.'

காரில், 'இனிமே நாம போய் என்னப் பண்ணப் போறோம்!' என்றான். அவன் குரலில் அடிபட்ட தன்மை இருந்தது. பச்சா தாபம் இருந்தது. குற்ற உணர்வு இருந்தது.

'சேச்சே! மடையன் நான்! தும்பை விட்டாச்சு! உனக்கு அந்தக் கடுதாசியில் அவ்வளவு அபாயம் தெரிஞ்சுதா?'

'இல்லை பாஸ், எனக்குத் தெரியலை.'

'இனிமே போய் என்ன பிரயோசனம்!'

'போலீசுக்கு உதவி செய்யலாம்!'

'சில்லி. உள்ளேயே முதல்லே விடமாட்டாங்க!'

'பின்னே என்ன செய்யறது?'

'போய்ப் பார்க்கலாம். அந்தப் பொண்ணுக்குச் சமாதானம் சொல்லலாம். அப்புறம்...'

'அப்புறம்?'

கணேஷ் சற்று நேரம் மௌனமாக கார் ஓட்டினான். தொடர்ந்தான். 'வஸந்த்! இது ஒரு சவால்! ஜீவராசி, இவன் யாரு எங்கே இருக்கான், எப்படிப்பட்ட ஆசாமி, அவனைச் செலுத்தற சக்தி என்ன, இவ்வளவு ஆவேசமா, சொல்லி வெச்சு, கடுதாசி எழுதி மூணு தடவை கொலை செய்யக் கூடிய மிருகம் எப்படி இருக்கும்... சரி நாம் போலீஸ் இல்லை. நாம் கண்டுபிடிக்கணும்.

அதுதான் சவால்! ஒரு வாரத்தில் அவனைக் கண்டுபிடிக்கலைன்னா நான் இந்தத் தொழிலை விட்டுடறேன்! என்ன சொல்றே!'

'ஒரு வாரம் என்ன பாஸ்! ரெண்டு பேரும் தீவிரமா இதில் இறங்கினா ஒரு நாள்!'

'அவனை அண்டர் எஸ்டிமேட் பண்ணாதே! போலீஸ்கிட்ட எந்த ஒத்துழைப்பையும் எதிர்பார்க்காதே. ஆனா போலீஸ் இதுவரை கண்டுபிடிச்சதோட லிஸ்ட் இருக்குது இல்லே?'

'அவுங்க கண்டுபிடிச்சிருக்கிறதுல ரெண்டு விஷயம்தான் முக்கியம்! பேரு, ப்ரெஸ்!'

'அடுத்த கடுதாசி நாம பார்த்தமே! அது ஞாபகம் இருக்கா?'

'மனப்பாடமா...'

'ஆல்ரைட்! ஆல்ரைட். அந்தக் கடுதாசில எவ்வளவு விஷயம் இருக்கு பார்க்கலாம்... சவால்! ஜீவராசி! வரேன்.'

அழகரசன் வீட்டில் ஏற்கெனவே இரண்டு மூன்று ஜீப்கள் நின்றன. நிறையப் பேர் அந்த இரவில் வேடிக்கை பார்க்கக் கூடியிருந்தார்கள். வாசலில் போலீஸ்காரர்கள் நின்றார்கள். கேட் மூடியிருந்தது. உள்ளேயிருந்து அழுகுரல்கள் கேட்டன. ஒரு ஆம்புலன்ஸ் காத்திருந்தது. கணேஷும் வஸந்தும் வந்து நிற்கையில் வெள்ளைத் துணி மூடி, தண் அழகரசனின் உடல் ஆம்புலன்ஸின் பிற்பகுதியில் செலுத்தப்பட்டுக்கொண்டிருக்க, பெண்கள் வீறிட்டு அழ, போலீஸ் ஆபீஸர்கள் உலவ,

'புவர் மேன்! ரெண்டு மணி நேரத்துக்கு முன்னாடி முழுசா இருந் தார்!' என்றான் கணேஷ். 'நாம காப்பாத்தியிருக்கலாம்-'

கேட் திறக்கப்பட்டு அந்த வண்டி விரைந்தது.

'யார்யா நீங்க?'

'தெரிஞ்சவங்க. அய்யாவோட மகளைப் பார்க்க வந்திருக்கோம்.'

'பேர் சொல்லுங்க!'

'கணேஷ்!'

'இப்ப ஒருத்தரையும் பார்க்க முடியாது!'

'டெலிபோன்ல கூப்பிட்டு வரச் சொல்லியிருக்காங்கய்யா!'

'போலீஸ் விசாரிச்சுக்கிட்டிருக்கிறபோது இப்படித் தொந்தரவு செய்யக்கூடாது.'

'தெரியும்! நாங்க உதவிதான் செய்யப்போறோம்!'

'சரி சரி, போங்க!'

உள்ளே சென்றார்கள்.

கயல் இவர்களைப் பார்த்ததும் வீறிட்டு அழுதாள். 'லேட்டாயிடுச்சு கணேஷ்! லேட்டாயிடுச்சு! என் கண்முன்னால அவன் நடந்து மாடிக்குப் போனதைப் பார்த்தேன்...நானே அனுப்பி வெச்சேன்! ஏமாந்துட்டேனே! இன்ஸ்பெக்டர்னு சொன்னானே! நான்தான் அனுப்பிச்சேன்...நான்தான் அனுப்பிச்சேன்...'

'அழாதீங்க கயல்' என்றான் வஸந்த்.

கணேஷ் இருதயநாதனிடம் சென்று 'ஐ'ம் கணேஷ் லாயர்' என்றான். அவர் இவனைப் பூச்சிபோல் பார்த்தார்.

'எல்லாரும் அப்புறம் வாங்க!'

'எனக்கு ராஜேந்திரனைத் தெரியும்' என்றான்.

'அவரு கோயமுத்தூர்ல இருக்காரு! என்ன வேணும் உங்களுக்கு?'

'நான் உங்களுக்கு உதவியா இருக்கலாம்னு நினைக்கிறேன். கொஞ்சம் ஸஜெஷன்ஸ் கொடுக்கலாம்னு...'

'லுக் மிஸ்டர், ஸஜெஷன் குடுக்கறதுக்கு இந்த கேஸில ஆயிரம் ஆளுங்க இருக்காங்க! உங்க ஸஜெஷன்ஸ் எல்லாத்தையும் கேட்டா நாங்க மயிரைப் பிச்சுக்கிட்டு தெருத்தெருவா அலையணும்...நீங்க உறவுக்காரங்களா?'

'இல்லை. நேத்து ராத்திரி அவர்கிட்ட பேசிக்கிட்டிருந்தேன்.'

'ஸ்டேட்மெண்ட் வாங்கிடறோம். ஓரமாப் போய் நில்லுங்க!'

கணேஷுக்கு ஆத்திரம் வந்தது. கயலிடம் சென்றான். அவள் தலையைப் பிடித்துக்கொண்டு ஓரத்தில் மௌனமாக உட்கார்ந்திருந்தாள். அருகே இரண்டு பெண்கள் ஒருவரை ஒருவர் அணைத்துக்கொண்டு அழுது கொண்டிருந்தனர். ஒருத்தி அழகரசனின் இரண்டாவது மனைவியாக இருக்கலாம் என நினைத்தான்.

கணேஷ் கயலின் அருகில் சென்று உட்கார்ந்தான்.

'ஆர் யூ ஆல்ரைட்?'

திரும்பி கண் துடைத்துக்கொண்டாள்.

'வந்திருந்தான் கணேஷ். நான் பார்த்தேன் அவனை.'

'யாரை?'

'ஜீவராசியைத்தான். இளைஞன். கொஞ்சம் ஒல்லியா மீசை வெச்சுக்கிட்டு, அடர்த்தியா தலைமுடி...'

'அவன்தான்னு எப்படி சொல்றீங்க?'

'போலீஸ் இன்ஸ்பெக்டர் பழனிவேலுன்னு பேர் சொன்னான். அதை நம்பித்தான் உள்ள அனுப்பிச்சேன். அது பொய். போலீஸ் ஒருத்தரையும் அனுப்பலை.'

'வாசல் காவல் என்ன ஆச்சு?'

'தெரியலையே. எப்படியோ மாயமா உள்ள வந்தான். மாயமா மறைஞ்சான்.'

'ஸாரி, நான் ட்ரபிள் பண்றதா நினைக்காதீங்க. எனி இன்ஜுரிஸ்?'

'இல்லை. அப்படியே குப்புறக் கிடந்தார்.'

'கன் சப்தம் ஏதாவது கேட்டதா?'

இல்லை. மேம்போக்கா உடலில் காயம் எதையும் பார்க்கலை. மூஞ்சி நீலமா இருந்தது.'

'ஸ்ட்ராங்குலேஷனா இருக்கலாம்' என்றான் வஸந்த். கயல் மறுபடி அழ ஆரம்பித்தாள். 'வர வாரம் அவருக்கு பர்த்டே. நான் இன்னமும் என்ன வாங்கித் தரதுன்னு யோசிச்சுக்கிட்டே இருக் கேன். பைத்தியக்காரி!'

'அழாதீங்க கயல். நான் முயற்சி செய்து அந்த ஆளைக் கண்டு பிடிக்க உத்தேசித்திருக்கேன்.'

'வாட்ஸ் தி யூஸ்?' என்றாள்.

ஒரு நிமிஷம் கணேஷுக்கும் வாட்ஸ் தி யூஸ் என்றுதான் பட்டது. போலீஸ் அவனை இனி மதிக்கமாட்டார்கள். ஸோலோவாகச்

செய்யவேண்டிய காரியம். என்ன செய்ய முடியும்? எப்படிக் கண்டு பிடிக்க முடியும்? கண்டுபிடித்து என்ன பிரயோசனம்? பிரயோசனம் இருக்கிறது. இனி அவன் மாதிரி ஆசாமிகள் வெளியே உலவாமல், மேற்கொண்டு அழகரசன்கள் ஏற்படாமல் பாதுகாக்க...யார் இந்த ஜீவராசி? ஜீவராசி! சிவராஜ்! சிவராஜ், சென்னை!

அவ்வளவுதான். கண்டுபிடிக்க வேண்டும். இன்னேரம் சென்னை யில்தான் இருக்கிறானோ, கிளம்பிவிட்டானோ?

சிவராஜ் சென்னையில்தான் இருந்தான். அதிகாலை தூக்கம் விழித்து தன் அறையின் மேல் சுவரின் மின்விசிறி சுற்றுவதைச் சற்று நேரம் பார்த்துக்கொண்டிருந்தான். இடது பக்கம் பாலு குறட்டை விட்டுக்கொண்டு தூக்கத்தில் சிரித்துக்கொண்டிருந் தான். 'ஏய் ஏய் விட்டுறுடி விட்டுறு' என்றான்.

எழுந்தான். பேஸ்ட்டும் பிரஷ்ஷும் எடுத்துக்கொண்டு கதவு இடுக்கில் கிடந்த செய்தித்தாளைப் பொறுக்கிக்கொண்டு நேராகப் பார்த்துக்கொண்டே பல் தேய்த்தான்.

வெளியே சென்னை நகரம் இன்றைய உயிர் பெற்று பஸ் சப்தங் களாக, விற்பவர் குரல்களாக, ஹாரன் ஒலிகளாக, காக்கையின் கரையல்களாக, ஆட்டோ ரிக்ஷாக்களின் கமறல்களாக, ரோலிங் ஷட்டர்கள் திறந்து, ஹோட்டல்களில் புதுசாகப் பால் வந்து, வீட்டு வாசல்கள் அலம்பப்பட்டு... மற்றொரு சென்னை தினம். சிவராஜ் மெதுவாக தலைப்புச் செய்திகளை மேய்ந்தான். ஜனதா பூசல்கள் பல ஏக்கராக்களை ஆக்கிரமித்துக்கொண்டிருக்க... லேட் நியூஸ்! இது என்ன?

சிவராஜ் பல் தேய்ப்பதை நிறுத்திவிட்டு மறுபடி படித்தான். ஆறாம் பக்கத்தில் அழகரசனின் அரசியல் வாழ்க்கைக் குறிப்பு அரைக் காலம் வந்திருந்தது.

சிவராஜ் மெதுவாகச் சவரம் செய்துகொண்டான். பாலுவை எழுப்பினான்.

'எழுந்திருடா, மணி ஏழு.'

கொட்டாவி விட்டுவிட்டு, 'சரியான கனா' என்றான்.

'பனியன் போடாம உக்கார்ந்திருக்கேனாம். பின்பக்கத்திலே இருந்து வரா. அவளும் பனியன் போட்டுக்கலை. முதுகில என்னமோ படறது. என்னடான்னு திரும்பிப் பார்த்தா...'

'பாலு, அழகரசன் அவுட்' என்றான்.

'யார் அழகரசன்?'

'எம்.எல்.ஏ. தெரியாது? ஜீவராசி கடுதாசி எழுதி...'

'ஓ.எஸ். அந்த ஆளா? கொன்னுட்டானா? சபாஷ். எங்கே பேப்பர்?'

'லேட் நியூஸ்ல வந்திருக்கு பாரு.'

'பாலு, பாடியை எங்க வெச்சிருப்பாங்க?'

பாலு பேப்பரில் ஆழ்ந்திருந்தான்.

'பாலு!' என்று அதட்டினான். 'கேக்கறதுக்கு பதில் சொல்லு. பிளேடால கீறிப்புடுவேன்.'

'என்னடா?'

'பாடியை எங்க வெச்சிருப்பாங்க?'

'எந்த பாடியை?'

'அழகரசன்.'

'ஜெனரல் ஆஸ்பத்திரிக்குத்தான் எடுத்துப் போயிருப்பாங்க. போஸ்ட் மார்ட்டம். அந்தப் பொண்ணை நான் எங்கயோ பார்த்திருக்கேன்டா!'

'எந்தப் பொண்ணை?'

'கனாவில வந்த பொண்ணை.'

'உன்னையும் ஒருநாள் தீத்துக் கட்டணும்டா!' என்றான் சிவராஜ். சிரித்துக்கொண்டான்.

குளித்துவிட்டு கீழே வந்து கீதாவில் ஒரு இட்லி வடை காப்பி சாப்பிட்டுவிட்டு சிவராஜ் பஸ் பிடித்து ஜெனரல் ஆஸ்பத் திரிக்குத்தான் சென்றான்.

ஆபீஸ் அறையில் வஸந்த் உட்கார்ந்து குறிப்பெழுதிக் கொண் டிருக்க, கணேஷ் நடந்துகொண்டே பேசிக் கொண்டிருந்தான்.

1. சரணாலயத்துக்கும் விழி இழந்தோர் பள்ளிக்கும் உள்ள சம் பந்தம்.

2. அதற்கும் புதுக்கவிதைக்கும் உள்ள சம்பந்தம்.

3. அதற்குமுன் இரண்டு கொலைகளுக்கும் அழகரசனுக்கும் உள்ள சம்பந்தம்.

4. கொலை செய்த முறைகள் வேறுபட்டவை.

5. அழகரசனின் போஸ்மார்ட்டம் ரிப்போர்ட் - அழகரசன் எப்படிக் கொலை செய்யப்பட்டார்?

6. ஜீவராசி போஸ்டர்கள்?

7. சிவராஜ் என்கிற பெயர் சரியா?

8. அவன் பிரஸ்ஸுடன் சம்பந்தப்பட்டிருப்பான் என்பது சரியா?

9. அவன் எப்படி அழகரசன் வீட்டுக்குள், காவல் இருக்கும்போது நுழைந்தான்? போலீசுடன் ஏதாவது சம்பந்தம்?

10. முதல் இரண்டு கொலைகளில் ஹிந்து ரிப்போர்ட் முழுவதும்!

இதையெல்லாம் சேகரிச்சு வை. அதுக்கப்புறம் உனக்கு ஏதாவது தோணிச்சுன்னா அது அப்ஸர்டா இருந்தாக்கூட எழுதி வை! எனக்கு என்னவோ எல்லாமே டிஸ்ஜாயிண்டடா இருக்குது.'

'இல்லை பாஸ். நீதிபதி, டாக்டர், அரசியல்வாதி... எல்லாரும் நகரத்தில் பொதுவாழ்க்கையின் பிரதிநிதிகள். மூணுமே சிம்பாலிக் மர்டர்னு வெச்சுக்கிட்டா, அவன் இந்த நகரத்துக்கு ஒரு எதிர்ப்பு தரமாதிரி இருக்குது.'

'பாஸிபிள். ஆனா முறை? கடற்கரையில் குத்து, மாடியிலேருந்து தள்ளிவிடுதல். அப்புறம் இது எப்படின்னு இன்னும் தெரியலே!'

'ஒண்ணு மட்டும் தெரியுது. இந்த ஆள் ஒருவிதத்தில் பிரபலத்துக்கு ஏங்கற ஆளுன்னு!'

கணேஷ் யோசித்தான்.

'இருக்கலாம்' என்றான். 'அவன் எதுக்கு ஏங்கினாலும் அவனைப் பிடிக்கறதுக்கு நான் தீவிரமா ஏங்கறேன்.'

14

சிவராஜ் ஆஸ்பத்திரியிலிருந்து வெளிவந்தான். மெலிதாக மழை பெய்து நின்றிருந்தது. ஆயிரம் ஜனங்கள் ஆயிரம் உபாதைகளுடன் டாக்டர் ரங்காச்சாரியின் சிலை அருகே அமர்ந்திருந்தார்கள். சைக்கிள் டயர் பொருத்தப்பட்ட வண்டியில் சிகரெட் வாங்கிக்கொண்டான். எதிரே வேலை இல்லாத இளைஞர்கள், சங்கம் அமைத்துக் காப்பி விற்றுக்கொண்டிருந்தார்கள். காக்கிச்சட்டை சிப்பந்திகள் காசுள்ள நோயாளிகளைத் தேடிக்கொண்டிருந்தார்கள். வெள்ளை கோட்டு இளைஞர்களும் பெண்மணிகளும் விரைவாக நடை பழகிக்கொண்டிருந்தார்கள். சிவராஜ் பாதி சிகரெட்டை அணைத்துவிட்டு பஸ் ஏறினான். யோசித்தான்.

திருமண நாள் நெருங்கிவிட்டது. சூட் போட்டுக்கொண்டு வனஜாவுடன் எல்லோரையும் பார்த்துச் சிரித்து 'தாங்க் யூ, தாங்க் யூ' என்று சொல்லவேண்டிய நேரம் நெருங்கிவிட்டது. இன்னும் வனஜாவிடம் சொல்லவில்லை. சொல்லவேண்டுமா என்ன?

எல்லாம் முடிந்துவிட்டதே? இனி என்ன? ஓசைப்படாமல் கல்யாணம் செய்துகொண்டுவிடலாம். பெயரை மாற்றிக்கொண்டுவிடலாம். ஹிந்துவில் நாலு வரி. இதனால் யாவருக்கும் தெரிவிப்பது என்னவென்றால் நான், சிவராஜ் என்பவன்

இன்றிலிருந்து என் பெயரை சுந்தரம், ஸீனிவாசன், ராஜ்குமார், தேவராஜன், கல்யாணசுந்தரம்? என்ன பெயர் மாற்றிக் கொள்வது? வனஜாதாசன்? சே! ஏதோ பெயர்! அப்புறம் யோசிக்கலாம்.

முதலில் கல்யாணம் செய்துகொண்டுவிடலாம். செய்து என் மனைவியை இருட்டில் ஆராயலாம். வனஜாவின் நெற்றி யிலிருந்து ஆரம்பித்து ஒரு விரலால் மூக்கில், உதட்டில், தாடையில், கழுத்தில் என்று மெதுவாகப் பிரயாணம் செய்ய வேண்டும். தொட்டுத் தொட்டுப் பார்த்து இவள் உண்மைதானா, இவள் உண்மையிலேயே எனக்குக் கிடைத்தவள்தானா என்று நிமிஷத்துக்கு நிமிஷம் உத்தரவாதம் பெறவேண்டும்.

எப்போது அவளிடம் சொல்லப்போகிறேன்? சொல்லாமலேயே எத்தனை நாள் என்னால் இருக்க முடியும். சொல்லத்தான் நினைக்கிறேன். எப்போது என்று தீர்மானிக்காமல் உள்ளத்தில் அலைகிறேன்.

எப்படியும் கல்யாணத்துக்கு முன் சொல்லப்போவதில்லை என்பது அவனை அறியாமல் தீர்மானமாகிவிட்டது. டூ லேட் சிவராஜ்! இப்போது சொன்னால் எல்லாம் ரத்தாகிவிடும். பின் எப்போது?

'வாங்கோ மாப்பிள்ளை!' என்றார் அப்பா.

'கல்யாணத் தேதி ஞாபகமிருக்கா இல்லையா?' என்றாள் வனஜா.

'இருக்கு வனஜா!'

'சூட் தெச்சு வந்துடுச்சா?' என்றார் அப்பா.

'இன்னிக்குத் தரான் சார்!'

'என் கல்யாணத்தில் ஜானவாச காரை தையக்காரன் கடைல நிறுத் திட்டுக் காத்திருந்தோம்.'

'ஜானவாசம் எல்லாம் வேண்டாம் சார்!'

'சேச்சே! சம்பிரதாயத்தை விட முடியுமா?'

'சூட்டு போட்டுக்கணும்னு எந்த சம்பிரதாயத்தில்...'

வனஜா குறுக்கிட்டாள். 'இதப் பாருங்க சிவராஜ். இது பெண் வீட்டுக் கல்யாணம். எங்க வீட்டில் சொல்றதை ரெண்டு மூணு நாளாவது கேட்டாகணும்...'

'காப்பி' என்றாள் வனஜாவின் தங்கை. அச்சடித்தாற்போல் இரண்டு வருஷம் இளைய வனஜா. சிவராஜை பயத்துடன் பார்த்தாள். 'நீ என்ன படிக்கறே?' என்றான்.

'மச்சினியை ரொம்ப விசாரிக்க வேண்டாம்' என்றாள் வனஜா.

'கடைக்கு எப்ப வரேள்?'

'கல்யாணம் முடியட்டும் சார்!'

'காஷ் ஃப்ளோவைக் கண்ட்ரோல் பண்ணிட்டம்னா போறும்!'

'கவலைப்படாதீங்கப்பா! அவர் எடுத்துண்டப்புறம் பாரேன், ஜீனியஸ்!'

'காப்பி சாப்பிடுங்கோ. எங்கேயோ பார்த்துண்டு சும்மா உட்கார்ந்திருக்கேளே!'

வாசலில் ஆட்டோ வந்து நின்றது. உறவுக்காரர்கள் கல்யாணத்துக்கு வர ஆரம்பித்துவிட்டார்கள்!

'My God! What a clod I am! எவ்வளவு தொலைவு வந்துவிட்டேன்!'

கணேஷ் அறையில் மாலை தனியாக இருந்தான். படித்துக் கொண்டிருந்தான்.

The doctrine of Mens Rea is a part of English Law. According to this doctrine a guilt, before it is commited, should be committed in mind.

வஸந்த் ஏகப்பட்ட காகிதங்கள், பத்திரிகைகள், புத்தகங்களுடன் நுழைந்து, அவை அனைத்தையும் மேஜைமேல் போட்டான். 'ஷ், அப்பாடா!' என்று நாற்காலியில் சாய்ந்தான்.

'ஏதாவது கிடைத்ததா?' என்றான் கணேஷ்.

'என்ன?'

'அவனைப் பற்றித் தகவல்?'

'நிறையக் காகிதம்! நீங்க கேட்ட கேள்விகளுக்குப் பதில் தேடி... சேகரிச்சது. இன்னும் திட்டமா எதுவும் விளங்கலை.'

'பின்ன இதெல்லாம்!'

'தகவல்கள். அவ்வளவுதான்.'

'சரிதான் போ! இதெல்லாம் நான் படிச்சுப் பார்க்கணுமா?'

'நீங்க கேளுங்க! நான் பதில் சொல்றேன்!'

'நான்தான் கேட்டாச்சே.'

'எழுதி வெச்சிண்டிருக்கேன்... சொல்றேன். முதல்லே விழி இழந்தோர் பள்ளி... ஸ்தாபிதம் 1948, மொத்தம் 350 பேர் தங்கிப் படிக்கும் பள்ளி, கட்டடம் உருவானது 1952...'

'வஸந்த், நான் கேட்டது அதல்ல. இந்தப் பள்ளிக்கும் தாம்பரம் சரணாலயத்துக்கும் என்ன சம்பந்தம்?'

'சம்பந்தம் எதுவும் இல்லை! அது அபலைப் பெண்கள்; இது கண்ணிழந்த சிறுவர் சிறுமிகள்... இரண்டு சமூகப் பொறுப்புள்ள இயக்கங்கள். அவ்வளவுதான். அதற்குமேல் ஏதும் கிடையாது!'

'வழி, வழி! இருக்கவேண்டும். நிச்சயம் இருக்கவேண்டும். இரண்டிலும் வேலை செய்த ஆளாக இருக்கலாமே அவன்?'

'அதையெல்லாம் போலீஸ் தீர விசாரித்திருக்கிறார்கள். சிவராஜ், ராஜீவ் என்று எவரும் அந்தப் பக்கம் தலை வைத்துப் படுத்ததில் லையாம்... ஓ எஸ், பார்வையற்ற சிறுவர்களில் ஒருவன் பெயர் சிவராஜ். உபயோகப்படுமா?'

'விளையாடாதே!'

'அப்புறம், மூன்று சம்பவங்களுக்கும் உள்ள சம்பந்தம்! ஹிந்து வின் முழு ரிப்போர்ட்டுகளும் இருக்கின்றன. ஜட்ஜ் சமுத்திரக் கரையில் தாக்கப்பட்டவர். ஆயுதத்தால் மண்டை பிளக்கப் பட்டார். டாக்டர் மாடியிலிருந்து விழுந்திருக்கிறார்.'

'தள்ளப்பட்டிருக்கிறார்.'

'ஆம். அப்புறம் அழகரசன். அவர் போஸ்ட்மார்ட்டம் விவரங்கள் எனக்குக் கிடைக்கவில்லை. போலீஸ்காரர்கள் இதை ரகசியமாக

வைத்திருக்கிறார்கள். இன்னும் பத்திரிகைகளுக்கும் தகவல் இல்லை.'

'ஏன்?'

'தெரியவில்லை... இருந்தும் மூன்று பேருக்கும் எவ்விதச் சம்பந்தமும் இல்லை. மூவரும் சமூகத்தில் முக்கியப் பிரஜைகள். ஜட்ஜ், டாக்டர், அரசியல்வாதி. விழி இழந்தோர் பள்ளி, சரணாலயம் இரண்டும் சமூகத்துக்கு முக்கியமான ஸ்தாபனங்கள். 'சமூகத்துக்கு முக்கியமான' என்பதுதான் பொது. அந்த டாக்டர் கொஞ்சம் நிழலான ஆசாமி!'

'ஏன்?'

'அவர் பெயர் டாக்டர் சந்திரசேகர பிரகாஷ். நல்ல பணம், ரெண்டு கிளினிக் வைத்திருக்கிறார். ஒன்று டாக்டர் பிரகாஷ் என்ற பெயரில், ஒன்று டாக்டர் சேகர் என்ற பெயரில். இதிலே ஒரு நிழலான விஷயம், அவர் சம்பாதித்ததும் கொஞ்சம் குறுக்கு வழிகளில்!'

'யு மீன், ஹி வாஸ் எ ப்ளம்பர்?'

வஸந்த் சிரித்துக்கொண்டு, 'ஆம்! நிறையச் சுத்தப்படுத்தி இருக்கிறார். ரிச்!'

வஸந்த் தொடர்ந்து, 'இரண்டு கேஸிலும் போலீஸ் வேறு கோணங்களையும் ஆராய்ந்திருக்கிறார்கள். ஜட்ஜ் கேஸில் ஒரு தப்பித்த கைதி - அவரால் தண்டனை கொடுக்கப்பட்டவன்... தலைமறைவாக இருக்கிறதாகத் தெரிகிறது.'

'தப்பித்த கைதிகள் தலைமறைவாக இல்லாமல் இருப்பார்களா?'

'ஸாரி! விடுதலையான கைதி! டாக்டர் வேலைக்காரன் ஒருவனைக் காணவில்லை! அவனையும் தேடிக்கொண்டிருக்கிறார்கள். டாக்டர் ஃப்ளாட்டில் ஒன்றும் திருடப்படவில்லை.'

'ஆனால் மூன்றையுமே ஜீவராசி அறிவித்துத்தானே செய்திருக்கிறான்?'

'இல்லை. முதல் கொலை நிகழ்ந்த மறுநாள் கடிதம் வந்திருக்கிறது கமிஷனருக்கு. 'நான்தான் கொன்றேன்.' 'அடுத்தது ஒரு

டாக்டர்' என்று அடுத்த கடிதம். அதன்பின் டாக்டர் தொடர்ந்து கொலை. அடுத்து தண் அழகரசனுக்குக் கடிதம். இதற்கிடையில் ஜீவராசியின் அடுத்த செயலை எதிர்பாருங்கள் என்று கடிதம், போஸ்டர்!'

'ஏறக்குறையச் சொல்லிவைத்துத்தான் செய்திருக்கிறான்.'

'அதனால் போலீஸ் அவனைப் பிடிப்பதில்தான் க.க. ஆக இருக்கிறார்கள்.'

'க.க.?'

'கண்ணும் கருத்தும்.'

'எவ்வளவு தூரம் சென்றிருக்கிறார்கள்?'

'அதிகம் இல்லை. சிவராஜ் என்று பெயரை ஊகித்தது சரி என்றே தோன்றுகிறது. அப்புறம் அவனுக்கும் ஒரு அச்சாபீசுக்கும் சம்பந்தம் இருக்கிறது என்று சொல்வதிலும் விஷயம் இருக்கிறது. ஒவ்வொரு அச்சாபீசாகப் போய் சிவராஜ் என்ற பெயருடைய ஆள் இருக்கிறானா என்று விசாரித்திருக்கிறார்கள். இன்னும் விசாரித்துக்கொண்டிருக்கிறார்கள்.'

'வெரிகுட். அதுதான் முறை!'

'இதுவரை ஆள் அகப்படவில்லையே! அப்புறம் மொபைல் போஸ்ட் ஆபீசில் ஆள் வைத்துப் பிடிக்க முயற்சித்திருக்கிறார்கள். முதல் இரண்டு கடிதங்களை மொபைலில் போட்டிருக்கிறான். ஆனால் யூகித்து மூன்றாவதில் பழக்கத்தை மாற்றி விட்டான்.'

'சரிதான்!'

'இதில் இனிமேல் நாம் என்ன கண்டுபிடிக்கப்போகிறோம்?'

'அதெல்லாம் என்ன?'

'பத்திரிகைகள். புதுக்கவிதைப் புத்தகங்கள். எனக்கென்னவோ புதுக் கவிதையில் சூட்சுமம் இருப்பதாகப் படுகிறது. அதற்காக, புதுக்கவிதை வெளியிடும் அத்தனை பத்திரிகைகளின் கிடைத்த அத்தனை பிரதிகளையும் வாங்கி வந்திருக்கிறேன்!'

கணேஷ் அவற்றை மேய்ந்தான்...

சதங்கை, கோகயம், பூ, காற்று, கணையாழி, மேம்பாலம், சாதனா...

'என்னெல்லாம் பேரு வெச்சிருக்காங்க பார்த்திங்களா!'

'இந்தக் குப்பையை வெச்சுக்கிட்டு, என்ன! ஓ! ப்யூட்டி! புரியறது. புதுக்கவிதைக்குப் பரிசு கேட்கிறவன் புதுக்கவிதை எழுதற வனாக்கூட இருக்கலாம் இல்லே!'

'அதேதான்.'

'கோர் ஃபுல்லா அத்தனையையும் பாரு வஸந்த்! நான் சொல்றேன். குறிப்பு எடுத்துக்க.'

வஸந்த் ஒரு பென்சில் பேப்பர் எடுத்துக்கொள்ள கணேஷ் சொன்னான்.

'சிவராஜ் அல்லது ராஜீவ் - கேள்விக்குறி இளைஞன். கயல் சொன்னது. பாரனாய்ட். விளம்பரம் விரும்புபவன். நகரமே என்னைப் பற்றிப் பேசவேண்டும். எனவே நகரத்தால் நிரா கரிக்கப்பட்டவன்? வேலையில்லாதவன்? பிரஸ்ஸில் வேலை செய்து நீக்கப்பட்டவன்? புதுக்கவிதை எழுதுபவனாக இருக்க லாம். நிச்சயம் புத்திசாலி, படித்தவன், செஸ் ஆடுபவன், அவன் செயல்படுவது எல்லாம் சதுரங்கக் காய்களை நகர்த்துவது போல் இருக்கின்றன. தைரியமுள்ளவன். அசட்டுத் தைரியமா? போலீஸ் என்னைப் பிடிக்கவே முடியாது என்கிற தன்னம்பிக் கையா? இல்லை விளையாட்டா? Victims are random.

'ஏன் ஜட்ஜ், டாக்டர், அரசியல்வாதி, சமூகத்தில் வெற்றி பெற்ற வர்கள்? சமூகத்தில் வெற்றிக்குத் தெரிவிக்கும் எதிர்ப்பா இது? அவன் முன்னறிவிப்புகளை முழுவதும் ஆராயவும். கையெ ழுத்து ஆராய்ச்சி? போலீஸ் சென்ற பாதையில் செல்வதில் (சிவராஜ், பிரஸ்) ஏதாவது மிக முக்கியமான விஷயத்தைக் கோட்டை விடுகிறோமா? மூன்று குற்றங்களுக்கும் கால இடை வெளி எப்படி? அடுத்து அவன் என்ன செய்வான் என்று யூகிக்க முடியுமா? சினிமா நடிகை, நடிகன்?

'மற்றொரு விஷயம் - அழகரசனுக்குக் கொடுத்த கெடு 25-ம் தேதி வரைக்கும். அதுவரை அவன் ஏன் காத்திருக்கவில்லை? 24-ம்

தேதி இரவே கொன்றது ஏன்? அழகரசனுக்கு வேறு எதிரிகள்? டாக்டரின் வேலைக்காரனுக்கும் இவனுக்கும் இருப்பதற்குக் காரணம் என்ன? அந்த விடுதலையான கைதி அகப்பட்டானா? அழகரசன் கொல்லப்பட்டது எவ்வாறு? தெரிந்ததா?

'அப்படியென்றால் மூன்று கொலைகளிலும் மூன்று முறைகளை உபயோகப்படுத்தியிருக்கிறான்! ஏன்? ஹாஸ்ய உணர்ச்சி உள்ளவன். கமிஷனரை நலமா என்று விசாரிக்கிறான்.'

கணேஷ் யோசித்தான்... 'இப்போதைக்கு இது போதும். நீ இந்தப் பத்திரிகைகளைப் பாரு. இப்பவே பார்க்காதே. ஒரு மணி நேரம் விட்டு அப்புறம் பார். கொஞ்சம் மெண்டல் ப்ளாக் கிளியராகும்.'

'அப்ப இப்ப என்ன செய்யறதா உத்தேசம்? ரெட்டி கேஸைப் பார்க்கலாமா?'

'எனக்கு மூளை குழம்பறது. பெண்ட்ஹவுஸ் ஏதாவது வெச்சிருப்பியே!'

'இருக்கு பாஸ்' என்று புன்னகையுடன் அலமாரியில் செய்தித் தாள்களுக்கு இடையே சொருகி வைத்திருந்த அந்த அட்டை போட்ட பத்திரிகையை எடுத்துக் கொடுத்தான்.

கணேஷ் அதைப் பிரித்தான்.

'வாவ்!'

'பத்தாம் பக்கம்தானே?' என்றான் வஸந்த் அங்கிருந்தே.

சத்யநாதன் இரண்டு கைகளாலும் தலையைப் பிடித்துக்கொண்டு உட்கார்ந்திருந்தார்.

'ஜீவராசியின் மூன்றாவது கொலை, அறிவித்து நாள் குறித்துச் செய்தது! போலீஸ் என்னதான் செய்கிறார்கள்!'

'ஜீவராசி தண் அழகரசனுக்கு ஒரு பயமுறுத்தல் கடிதம் எழுதி அனுப்பியிருந்தது நம் நிருபர்களுக்குத் தெரிய வந்திருக்கிறது. அந்தக் கடிதத்தின் வாசகம் வருமாறு...'

சட்!

செய்தித்தாளை விட்டெறிந்தார். ஃபெர்னாண்டஸ் உள்ளே நுழைந்து காத்திருந்ததைக் கவனித்தார்.

'செத்தோம் நாம்! அசெம்பிளியில போட்டு உருட்டு உருட்டுன்னு உருட்டிருவானுங்க. மந்திரிங்க ஆபீசை மொய்க்கப் போறாங்க.' டெலிபோன் அடித்தது. 'இனிமே டெலிபோன் ஓயப் போறதில்லை.'

'சத்யநாதன்!' என்றார் டெலிபோனில்.

மௌனம்!

'எங்களால முடிஞ்சது அத்தனையும் செய்யறோம் சார். நிச்சயம் புடிச்சுருவோம். நிறையத் தகவல் கிடைச்சிருக்கு... தெரியும் சார்! தெரியுது சார்... உணர்ந்துக்கறோம் சார்... அப்படியே செய் யறோம் சார்... பார்த்துக்கறம் சார்...' டெலிபோனை வைத்தார்.

'என்ன ஃபெர்னாண்டஸ்?'

'அழகரசனுடைய போஸ்ட்மார்ட்டம் ரிப்போர்ட் சார்!'

'கொடுங்க!'

அவர் அதைப் படிக்க ஃபெர்னாண்டஸ் அவர் முகத்தையே பார்த்துக்கொண்டிருந்தார்.

சத்யநாதனின் முகம் மாறியது.

'மை காட், இதுக்கு என்ன அர்த்தம்!' என்றார்.

அதே சமயம் வஸந்த், 'மை காட்! இதுக்கு என்ன அர்த்தம்!' என்றான்.

15

'என்ன?' கணேஷ் நிமிர்ந்தான்.

பத்திரிகைகளுக்கு நடுவில் கடலிலிருந்து மோதிரம் எடுத்தவன் போல் வஸந்த் நின்றான், கையில் 'கணையாழி!'

'இதைப் பாருங்க பாஸ்!'

அந்தப் பத்திரிகையின் ஜூன் மாதத்து இதழ் அது. கணேஷ் அவன் காட்டின பக்கத்தைப் பார்த்தான். புதுக்கவிதை.

லிஃப்டில் நுழைந்து
இறங்குகையில்
நானும்
ஒரு பன்ச் கார்ட்
பெண்ணும் தனியே.
அவளைக்
'காதலிப்பதா
கற்பழிப்பதா' என்று
யோசிப்பதற்குள்
கீழே வந்து
வெளியே சென்றுவிட்டாள்.

-சிவராஜ்

'எழுதினது யார் பாருங்கள்!'

'சிவராஜ்!' என்று படித்தான். விசில் அடித்தான்.

'வஸந்த்! உடனே...'

'கணையாழி ஆபீசுக்கு டெலிபோன்...'

'இல்லை. வா நாம அங்கே போகலாம். உடனே கவனிக்க வேண்டிய சமாசாரம் இது!' என்று சட்டைப் பித்தான்களைச் சரி செய்துகொண்டு தலையை விரல்களால் வாரிக்கொண்டு தன் ஃபியட்டை நோக்கிப் பாய்ந்தான் கணேஷ்.

அந்தப் பத்திரிகை அலுவலகம் சின்னது. அச்சுயந்திரத்திலிருந்து 'உங்களுக்கு யார் வேணும்?' என்றார் ஒரு பனியன் ஆசாமி. நிச்சயம் அவர் ஆசிரியரில்லை. பனியனில் அங்கங்கே மசி. காக்கி டிராயர்.

'ஆசிரியரைப் பார்க்கணும்.'

'அவரு டில்லியில் இருக்காரு.'

'சரிதான்! பத்திரிகையை யாரு பார்த்துக்கறாங்க?'

'வருவார்! காப்பி சாப்பிடப் போயிருக்காரு. நீங்க?'

'காப்பி சாப்பிட்டாச்சு' என்றான் வஸந்த்.

'நீங்க யாருன்னு கேட்டேன்.'

'ஒரு விஷயம் விசாரிக்க வந்தோம்.'

'ஜாப் ஒர்க்கா?'

'இல்லை.'

'உக்காருங்க, வந்துடுவார்.'

உட்காரச் சௌகரியமில்லை. காகிதங்கள், கடிதங்கள், இன்லண்டு நீலக் கவிதைகள், ஈரமான பக்கங்கள். அச்சாபீசுக்கு என்றே தனிவாசனை, நியூஸ் பிரிண்ட்...

'எவ்வளவு காயிதம்! இதில் சிவராஜைத் தேடணுமா! சரிதான்.'

‘புதுக்கவிதை எழுதியிருக்கானே! அட்ரஸ் நிச்சயம் இருக்கும். சந்தாதாரராக்கூட இருக்கலாம். பாஸ், துடிக்குது இதயம் எனக்கு! அவன் அட்ரஸ் மட்டும் கிடைச்சுட்டா!’

‘கிடைச்சுட்டா?’

‘ஆமாம்! என்ன பண்ணப் போறம்?’

‘முதல்ல அட்ரஸ் கிடைக்கட்டும். எனக்கென்னவோ இந்தக் குப்பையில்... நமஸ்காரம்!’

வந்தவர் செருப்பை உதறிவிட்டு சிற்சில காகிதங்களை அகற்றி விட்டு உட்கார்ந்து இருவரையும் சந்தேகமாகப் பார்த்தார்.

‘இவருதாங்க!’ என்றான் அச்சுயந்திரம்.

‘காரு உங்களுதா? தள்ளி நிறுத்தக்கூடாது? போக்குவரத்துக்கு இடைஞ்சலா இருக்குமே? இருந்தா என்ன? ஒரு காஸ்மிக் வ்யூ பாயின்ட்ல பார்த்தா போக்குவரத்து கார், பங்களா, எல்லாம் சின்ன விஷயம், நீங்க?’

‘என் பேர் கணேஷ், இவன் வஸந்த்.’

‘அப்படியா! என் பேர் தணல்.’

‘புனைப்பெயரா?’

‘புனைப்பெயர்’ என்று தாம்பூலமாகச் சிரித்தார். இடது பக்கம் புகையிலை அடக்கியிருந்தார். வெளியில் போய் ‘ப்ளீச்’ என்று துப்பிவிட்டு ‘சொல்லுங்கோ உங்களைப் பார்த்தா இலக்கியத்தில் இண்டரஸ்ட் உள்ளவங்க மாதிரித் தெரியலியே!’

‘ரொம்ப இண்டரஸ்ட் சார் புதுக்கவிதையில’ என்றான் வஸந்த்.

‘அப்படியா, சர்ப்ரைசிங்!’

‘உங்க ஜூன் இஷ்யூல ஒரு கவிதை வந்திருக்கே... லிஃப்ட்ல ஒரு பெண்ணைப் பார்த்து அவளைக் காதலிக்கலாமான்னு யோசிக் கறதுக்குள்ள...’

‘லிஃப்ட் கீழே வந்துடறது, அதுதானே?’

‘ஆமாம். அதை எழுதின சிவராஜ் என்பரைச் சந்திக்க விரும் பறோம்.’

'எதுக்கு?'

'கவிதை எங்களை மிகவும் கவர்ந்தது. அவரைப் பாராட்டறதுக்கு!'

'சிவராஜ்... சிவராஜ்! முதல் தடவையா அவர் கவிதையைப் போட்டிருக்கோம்னு நினைக்கிறேன்.'

'அவர் அட்ரஸ் எங்களுக்கு எப்படியாவது தேடிக் கொடுக்க தயவு பண்ணணும்!'

'சரி, பார்த்து வைத்திருக்கிறேன். சாயங்காலம் வாங்க.' ஒருவரை ஒருவர் பார்த்துக்கொண்டார்கள்.

'இப்ப முடியாதா?' என்றான் கணேஷ்.

'இப்ப எனக்கு வேலை தலைமேல இருக்கு. இஷ்யூ ஏற்கனவே லேட்டு.'

'பார்க்கறதுக்கு எத்தனை நேரமாகப் போறது. அந்த இதழில் எழுதினவங்களுக்கு ரூபா அனுப்ப அட்ரஸ் வெச்சிருப்பீங்களே!'

'புதுக்கவிதைக்கு ரூபா அனுப்பிச்சா நாங்க போண்டி ஆய்டு வோம். காம்ப்ளிமெண்டரி ஒண்ணு அனுப்புவோம். அவ்வளவு தான்.' மறுபடி ஒரு 'ப்ளிச்'. 'பாருங்க. அந்த ரூம் பூரா புதுக்கவிதை.'

வஸந்த் பார்த்துவிட்டு சோப் வைத்தான். 'இதைப் படிச்சுப் பார்க்கறதுக்கே உங்களுக்கு நேரம் போதாதே!'

'படிச்சிடுவோம். திடுதிடுப்புனு ஒரு முத்து கிடைக்கும். எடிட் டரும் படிச்சிடுவார். அவர் ஃபில்டர் பண்ணி அனுப்பினது இவ்வளவு! அந்த லிஃப்ட் கவிதைகூட இப்படித்தான் ராண்டமாக் கிடைச்சுது.'

'நல்ல பத்திரிகை சார், நல்ல இலக்கிய சேவை' என்று கணேஷ் பார் சோப் வைத்தான்.

'இலக்கியமாவது சேவையாவது! பதிலா புடலங்காய் விற்க லாம். ஓசில லைப்ரரியில படிப்பாங்களே தவிர, சந்தா அனுப்ப மாட்டான். இவ்வளவு சொல்றேளே? நீங்க சந்தாதாரரா?'

கணேஷ் உடனே, 'சந்தா குடுக்கறதுக்கும் வந்தோம். இந்த மாதிரி தரமா பத்திரிகை இருப்பதே சமீபத்தில்தான் தெரிஞ்சுது.' பர்ஸைத் திறந்தான்.

'என்ன பேர் சொன்னேள்?'

'சிவராஜ்!'

'சிவராஜ்...ஜ்... ஒரு நிமிஷம். ஜூன் மாச காம்ப்ளிமெண்டரி லிஸ்டைப் பார்க்கறேன்.' காகிதங்களில் மறைந்தார். கணேஷ் சிகரெட் பிடிக்க ஆவலாக இருந்தான். அச்சுயந்திரம் தரமான இலக்கியம் செய்துகொண்டிருந்தது. காக்கி டிராயர் மேற்பார்வை செய்துகொண்டிருந்தான்.

'ராமலிங்கம், அட்ரஸ் லிஸ்ட் எங்கே?'

'அலமாரியில' என்றான்.

அவர் அலமாரியிலிருந்த அந்தப் பட்டியலை எடுத்து விலாசம் தேட கணேஷின் இதயம் ஆயில் இன்ஜின் மாதிரி அடித்துக் கொண்டது: 'சிவராஜ் உனக்கும் எனக்கும் தூரம் குறைகிறது! குறைகிறது!'

'ம்ஹூம்... காணோம்! அந்தப் பேரு இல்லே! அந்த ஆள் அட்ரஸ் கொடுத்திருக்க மாட்டான். வெறும் கவிதை மட்டும் அனுப்பிச்சிருப்பான்.'

'சரியாப் பாருங்க சார். இது எப்படி சாத்தியம்?'

'இல்லே. விட்டுப் போயிருக்கும். காப்பி வரலைன்னு லெட்டர் எழுதுவான். அனுப்பிச்சிடுவோம், ஸாரி!'

'அவர் கவிதை, எழுதின லெட்டரைக் கொஞ்சம் தேடித்தர முடியுமா?'

'இம்பாஸிபிள். தாவு தீர்ந்துடும்!'

'நாங்க தேடட்டுமா?'

புகையிலையை இடம் மாற்றிக்கொண்டு, 'இதப் பாருங்க, நீங்க உங்க அட்ரஸைக் கொடுத்துட்டுப் போங்க. அந்த ஆளு மறுபடி கடுதாசி எழுதுவான். அப்ப அனுப்பறேன்!'

'அந்த ஆளு சந்தாதாரரான்னு பார்க்க முடியுமா?'

'அடாடாடா! அந்த சப்ஸ்க்ரிப்ஷன் லிஸ்டை எடு ராமலிங்கம். உயிரை வாங்கறீங்களே.'

சந்தாதாரர் பட்டியலில் அவர் விரல் ஓடியது.

'தணல்! சரியாகப் பாரேன் ப்ளீஸ்!' என்றான் கணேஷ் மனதில்.

'ம்ஹூம் இல்லே! கடையில் வாங்கறவனா இருக்கும்.'

'சரியாப் பாத்தீங்களா. இங்கே குடுங்க!'

தணல் நிஜமாகவே தணலானார்! 'லுக், ஏற்கெனவே அரைமணி உங்களோட வேஸ்ட் பண்ணியாச்சு! போறீங்களா?'

'இந்த லிஸ்ட் என்ன?' என்று வஸந்த் மேஜையிலிருந்து உருவினான்!

'கலைக்காதீங்க! இப்பப் போறீங்களா இல்லையா?'

'கமான் வஸந்த்' என்று கணேஷ் கிளம்பினான்.

'சந்தா?'

'சந்தா கிடையாது! வாங்க பாஸ்!'

தணல், 'இடியட்ஸ்' என்று சொன்னது கேட்டு கோபத்துடன் திரும்பினான் வஸந்த்.

'வா வஸந்த். சண்டை போடறதுக்கு நேரமில்லே.'

காரில் ஏமாற்றம் விரவியிருந்தது. 'சே! இவ்வளவு க்ளோஸா வந்துட்டு அட்ரஸ் கிட்டலை பார்த்தீங்களா?'

'இவன்தான் அந்த சிவராஜ்னு நாம உடனே தீர்மானிக்கக் கூடாது!'

'இவன்தான் பாஸ்! எனக்கு பட்சி சொல்றது. எப்படிக் கண்டு பிடிக்கிறது இனிமேலே?'

'பார்க்கலாம், பொறுமை! பொறுமை!'

கமிஷனர் அழகரசனின் மரண காரண ரிப்போர்ட்டைப் பார்த்ததும் சத்யநாதனைக் கூப்பிட்டார்.

'சத்யநாதன், இதைப் பாத்திங்களா! இதுக்கு என்ன அர்த்தம்?'

'பார்த்தேன். புரியலை சார்! ஆனா அந்தப் பொண்ணு சொல் லிடுச்சு. அவன் நிச்சயம் வந்திருக்கான். அடையாளம் கொடுத் திருக்கு... மீசை வெச்சிக்கிட்டு கொஞ்சம் ஒல்லியா...'

'அது கிடக்கட்டும். இப்ப என்ன செய்யப் போறீங்க... புதுசா!'

டெலிபோன் அடித்தது.

'ஹலோ? எஸ் சார்...' சற்று நேரம் மௌனமாக கேட்டுக் கொண் டிருந்தார். 'வரேன் சார்' என்று வைத்தார்.

'மந்திரி கூப்பிட்டிருக்காராம். பத்து மணிக்கு. நீங்க, பெர் னாண்டஸ், பழனிவேலு மூணுபேரும் பதினைஞ்சு நிமிஷத்தில வாங்க. பிளானை யோசிக்கணும்.' கைக்கடிகாரத்தைப் பார்த்துப் பெருமூச்சு விட்டார்.

'பிரமாதம், நிஜமா மாப்பிள்ளை மாதிரி இருக்கீங்க. சூட் போட்டப்புறம் கொஞ்சம் பருமனாக் காண்பிக்கிறது' என்றாள் வனஜா. பாலு டெய்லரை விசாரித்தான்.

'லைனிங் என்ன குடுத்திருக்கீங்க?'

'எல்லாம் ஸாட்டின் சார்.'

'பட்டன் கலர் கொஞ்சம் மேச் ஆவுலியே?'

'எல்லாம் நல்லாத்தான் இருக்கு' என்றாள் வனஜா.

சிவராஜ் எதிரே கண்ணாடியில் சிவராஜைப் பார்த்தான். 'யார் இது?'

'எங்கேயாவது புடிக்குதுங்களா... கஷ்கத்தில், தொடையில்?'

'ம். இல்லே... எங்கேயும் இல்லை...'

பாலு திறமையுடன் அவன் சூட்டை அங்கங்கே தொட்டுத் தொட்டுப் பார்த்தான். 'கிராண்ட்! ஷேவ் பண்றதுக்கென்னடா நீ? மிஸ் வனஜா, நான்தான் மாப்பிள்ளைத் தோழன். சரியா உங்க வீட்டில கவனிச்சுக்கணும் என்னை...'

'போட்டோ ஒழுங்காக எடுக்கறா இருந்தாச் சரி, பாத்ரூம் பக்கம் போகாம...'

'வார்றீங்களே?'

டெய்லர், பாலு, வனஜா எல்லோரும் சிரிக்கிறார்கள்.

சிவராஜ் செலுத்தப்பட்டவன்போல் உட்கார்ந்திருந்தான். ஏசி ரூமில் அழகரசனைப் பார்த்த பிம்பம் மனத்தில் உறுத்தியது.

'கிட்ட வராதே. குடுத்துடுறேன். என்னை விட்டுறு. என்னை விட்டுறு.'

'பயப்படாதீங்க அழகரசன், பயப்படாதீங்க.'

'சிவா, என்ன எப்பப் பார்த்தாலும் வெத்துப் பார்வை!'

'எதிர்காலத்தைப் பற்றி இன்பமான கனா!' என்றான் பாலு.

'எப்பங்க கல்யாணம்?' என்றார் ராவ்.

'நாளைக்கு சாயங்காலம் மாப்பிள்ளை அழைப்பு.'

'ரொம்ப சந்தோஷங்க!'

ஆஷ் டிரேயில் சிகரெட்டுகள் குவிந்திருந்தன. கணேஷ் சமீபத்திய சிகரெட் ஒன்றை உருத்தெரியாமல் நசுக்க, வஸந்த் பென்சிலைக் கடித்துக்கொண்டு பேசினான்.

'சரணாலயத்துக்கும் விழியிழந்தோர் பள்ளிக்கும் என்ன சம்பந்தம்னு கேட்டிங்களே, கிடைச்சுடுச்சு.'

'என்ன?'

'திக்கற்றவர்கள்'னு கணையாழி மே இஷ்யூல ஒரு கட்டுரை வந்திருக்கு. அதில் அந்த இரண்டு ஸ்தாபனங்களின் பெயரும் குறிப்பிடப்பட்டிருக்கிறது. அதை சிவராஜ் படிச்சிருக்கான். படிச்சதைத்தான் லெட்டர்ல 'இரண்டுக்கும் டொனேஷன் கொடு'ன்னு போட்டிருக்கான்.'

'குட், அதனால?'

‘அவன் நிச்சயம் கணையாழி படிக்கிற ஆள். கணையாழியில சிவராஜ்ங்கிற பேர்ல ஒரு புதுக்கவிதை வந்திருக்கு. எனவே?’

‘கவிதை எழுதினவன்தான் அழகரசனுக்கு லெட்டர் எழுதின வன்னு சொல்றே. பாஸிபிள். கவிதையை மறுபடி படி.’

வஸந்த் அதை மறுபடி படித்தான்.

‘லிப்ட் பன்ச் கார்டு...’

‘கவிதையின் வடிவமே ஒரு பலமாடிக் கட்டடம் போல இருக்கு!’

கணேஷ் திடீர் என்று பிரகாசமானான்.

‘தட்ஸ் இட் வஸந்த்! ஐ காட் இட்?’

‘என்ன?’

‘முட்டாளே! பன்ச் கார்டுங்கறது என்ன?’

‘கம்ப்யூட்டரில் உபயோகப்படுத்தறது?’

‘லிப்ட் எதுக்கு?’

‘மாடி ஏறி... இறங்க.’

‘கேள்! இந்த ஆள் ஏதோ ஒருத்தியைப் பார்த்ததைக் கவிதையா எழுதியிருக்கான்னு வெச்சுக்கலாம். கவிதை என்ன சொல்றது? ஒரு உயரமான கட்டடத்தினுடைய மேல்மாடியிலிருந்து அவன் கீழே இறங்குகிறபோது பன்ச் கார்டுகளுடன் ஒரு பெண்ணைப் பார்த்திருக்கான். அதை எழுதியிருக்கான். எதுக்காக அவன் மாடிக்குப் போகணும்? அங்கே யாரையாவது பார்க்க அல்லது இது அதிக சாத்தியம், அவன் அங்கே வேலை செய்யறவனா, செய்தவனா இருக்கலாம். அப்புறம் பன்ச் கார்டு. அதுக்கென்ன அர்த்தம். அந்தக் கட்டடத்திலே ஒரு கம்ப்யூட்டர் இருக்கலாம்.’

‘ப்ரில்லியண்ட்!’

‘இப்ப நீ என்ன செய்யறே...’

‘சொல்லவேண்டாம். கம்ப்யூட்டர் ஏதாவது ஒரு மாடில இருக்கிற ஒன்பது அல்லது பத்து மாடிக் கட்டடம் மெட்றாஸ்ல எங்கெல்லாம் இருக்கு. அதைக் கண்டுபிடிக்கிறேன்...’

'கண்டுபிடிடா முட்டாள்! யாருக்கு டெலிபோன்?'

'ஐ.சி.எல்.ல எனக்குத் தெரிஞ்சவர் ஒருத்தருக்கு. அவருக்கு மெட்றாஸ்ல எங்கெங்கே எல்லாம் சின்ன, பெரிய கம்ப்யூட்டர் இருக்குன்னு தெரியும்.'

'நன்று, சடுதியில் காண் மகனே. மேலும் அவற்றில் எவ்வெவை உயர்ந்த கட்டடங்கள்! எப்படி தமிழ்!'

'புலவர் கணேஷ்! டன் பாஸ்! டன்! பத்தே நிமிஷம் கொடுங்க... ஹலோ முருகேஷ்! நான் வஸந்த் பேசறேன்...'

வனஜாவின் வீட்டு வாசலில் எளிமையாகப் பந்தல் போட்டிருந் தது. ஜமக்காளங்கள் விரியக் காத்திருந்தன. நாதஸ்வரக்காரர் சீவாளியைத் தேர்ந்தெடுத்து சப்பிவிட்டுப் பதம் பார்த்தார். 'பீப்பீ' காவித்துணியால் மூடப்பட்டிருந்த தவில், சட்டையைக் கழற்றி யது. மாடியில் தாற்காலிகமாக ஒழிக்கப்பட்டிருந்த அறையில் சிவராஜ் தரையில் உட்கார்ந்திருந்தான். அருகில் பாலு. சிவராஜின் மாமா, மாமி குடும்பம். சில்லறைக் குழந்தைகள். பட்டுப்பாவாடைப் பெண்கள், மாக்கோலங்கள்...

ததம் தம் தகதம் தம்தம்

சிவராஜின் இருதயம்போல.

'ஜீவன் பில்டிங்! தட்ஸ் இட்? ஜீவன் பில்டிங். ஒன்பது மாடிக் கட்டடம். ஒன்பதாம் மாடியில் ஒரு கம்ப்யூட்டர் இருக்கிறது. ஒரு ஐ.பி.எம்.மிஷின்!'

'கட்டடம் எங்கே இருக்கிறது?' என்றான் கணேஷ்.

'மவுண்ட் ரோடில்.'

அந்தக் கட்டடத்தின் வாயிலில் கணேஷின் கார் நின்றது. இரு வரும் இறங்கி விரைந்தார்கள். வாயிற்புறத்தில் ஒவ்வொரு மாடி யிலும் இருக்கும் அலுவலகங்களின் பட்டியில் இருந்தது.

'எங்கே ஆரம்பிக்கலாம்?'

'ஒன்பதாவது மாடி... கம்ப்யூட்டர் சிஸ்டம்ஸ், காண்டினென்ட்டல் என்று இரண்டு கம்பெனிகள் இருக்கின்றன, காண்டினென்ட் டலில் முதலில் விசாரிக்கலாம்...'

'பட்டு வேட்டிடா! பரவாயில்லை! நிறையச் செலவழிச்சிருக்கார் உங்க மாமனார்.'

'இப்ப என்ன செய்யணும்?' என்றான் சிவராஜ்.

'சும்மா உட்கார்ந்திருக்கணும். மணி என்ன நாலு. சாயங்காலமா சிவா விஷ்ணு கோவிலுக்குப் போய் வரணும். பொழுது சாய...'

'காப்பி' என்றாள் வனஜாவின் தங்கை.

சொம்பு நிறையக் காப்பியை வைக்க, பாலு அவளைப் பார்த்துக்கொண்டே, 'எத்தனாவது படிக்கிறே?' என்றான்

'பஜ்ஜி எப்ப வரும்?' என்றார் மாமா.

'கொண்டுவரேன் மாமா!' என்று ஓடினாள்.

'நான் கேட்ட கேள்விக்குப் பதில் இல்லை' என்றான் பாலு.

'சிவராஜ் சிவராஜ்! ஆமாம் சிவராஜ்னு ஒருத்தர் லீவ் வேகன்சில மே மாசம் வரைக்கும் வேலை செஞ்சிண்டிருந்தார். நீங்க யாரு?'

வஸந்த் தயாராகப் பொய் வைத்திருந்தான். 'நான் அவனுக்கு சித்தப்பா பையன் சார். அட்ரஸ் தெரியாம வந்துட்டேன். இந்த ஆபீஸ்ல இருந்தது எனக்குத் தெரியும். உங்க ஆபீஸ்ல அவன் அட்ரஸ் இருக்கான்னு கொஞ்சம் தயவு பண்ணி...'

'கொஞ்சம் இருங்கோ! பட்டுவாடா ரிஜிஸ்தர்ல அவன் அட்ரஸ் இருக்குன்னு ஞாபகம்.'

கணேஷ் தன் நெற்றியைக் கர்ச்சீப்பால் துடைத்துக்கொண்டு கண்ணாடிக்கு வெளியே பார்த்தான். மவுண்ட் ரோடில் கார் பாம்புகள். தூரத்தில் நீலப்படுதா போல சமுத்திரம். டெலிவிஷன் டவர் அம்பு போல் வானத்தைக் குத்திக்கொண்டிருந்தது.

வஸந்த், லிஃப்ட் வாசலில் சூயிங்கம் மென்றுகொண்டு நின்றுகொண்டிருந்த அந்தப் பெண்ணைக் காட்டினான். கையில் பன்ச் கார்டுகள்.

'இந்த இடம்தான் பாஸ்! தேவி கருமாரி தாயே! அட்ரஸ் கிடைக்கணும்! என்ன சார், கிடைச்சுதா?'

கோயிலின் வாசலில் அவர்கள் உட்கார்ந்திருக்க, ஒரு குடுமி சாஸ்திரி மந்திரம் சொல்லிக்கொண்டே சந்தனப் பேலாவில் மஞ்சள் அரிசியை வினியோகம் செய்துகொண்டிருந்தார். நட்ட நடுவே சூட், தட்டில் வைக்கப்பட்ட தேங்காய் புஷ்பங்களுடன் காத்திருந்தது. ஒரு ஆஸ்டின் கார் மல்லிகைப்பூ அணிந்து ஹேண்டிலுடன் காத்திருந்தது. பெட்ரோமாக்ஸ்களில் ஒன்று இன்னும் உச்சஸ்தானம் பெறாமல் குபுக் குபுக்கென்று அவ்வப் போது வெளிச்சம் காட்டியது. சிவராஜ் அதையே பார்த்துக் கொண்டிருந்தான்.

'பூட்டியிருக்கு பாஸ்!' என்றான் வஸந்த்.

கணேஷ் மாடி ஏறி வந்து சிவராஜின் அறைக்கதவைப் பார்த்தான். 'எஸ்.சிவராஜ், ஆர்.பாலகோபால்.'

'ரெண்டு பேர் தூங்கற ரூம்.'

'இவ்வளவு தூரம் வந்துட்டமே, பூட்டியிருக்கே.'

கணேஷ் மேலும் கீழும் பார்த்தான். பின் மாலை இருட்டு. ஒருவரும் இல்லை.

'இன்னும் கொஞ்ச தூரம் வந்துடலாம். பூட்டைப் பாரு.'

'காத்ரெஜ்.'

'உன்னால திறக்க முடியாத காத்ரெஜா என்ன? என்கிட்ட ரெண்டு மூணு காத்ரெஜ் சாவி இருக்கு...'

'இல்லை, ஒரு நூல் போறும்!'

கணேஷ் மேற்பார்வை பார்த்துக்கொண்டிருக்க, வஸந்த் அந்தப் பூட்டில் முனைந்தான்.

ரோஜாப்பூ மாலை கொண்டு, புது சூட், புது பூட்ஸ், நெற்றியில் மெலிதான குங்குமம், கலைந்த தலையுடன் சிவராஜ் அந்த ஆஸ்டின் காரில் ஏறிக்கொள்ள நாயனக்காரர் ரஞ்சனியில் துன்மார்க்க சராவைத் தொடங்க, சற்று நேரம் மற்றதெல்லாம் மறந்து அந்த ராகத்தின் ஸரிகமதஸா, ஸாநிதமகஸரிஸாவில் லயித்தான்.

பூட்டு திறந்துகொண்டது. 'லா காலேஜ்ல பழக்கம்' என்றான் வஸந்த்.

இருவரும் அறையில் நுழைந்தார்கள். அலமாரி எல்லாம் புத்தகங்கள். மேஜை, கவிழ்ந்த டம்ளர், மூடிய பானை, காலண்டரில் ரேகா.

Confucius says man marrying at sixty is like buying book for somebody else to read என்று சுவரில் வாசகம்!

வஸந்த் டிராயர்களைத் திறந்தான். அலமாரிகளை ஆராய்ந்தான். புத்தகங்களை நகர்த்தினான். கணேஷ் அடுக்கடுக்காக வைத்திருந்த செய்தித்தாள்களைப் புரட்டு புரட்டென்று புரட்டினான்...

கார் மெதுவாகக் கிளம்பி பஸ் ஸ்டாண்ட் போகும் ரோட்டில் ஓரமாகச் சென்றது. குழந்தைகள் சூழ சிவராஜ் உட்கார்ந்திருந்தான். பாலு சுள் என்று போட்டோ எடுத்தான்.

'லுக் வஸந்த்!'

அந்தச் செய்தித்தாள்களின் மிக அடித்தளத்தில் இருந்த காகிதத்தை உருவினான்... அது ஒரு போஸ்ட்டர்.

'ஜீவராசியின் அடுத்த செயல் என்ன? எதிர்பாருங்கள் 25ம் தேதி...'

'காட் ஹிம்!' என்றான் கணேஷ்.

'பாஸ், இன்னொரு விஷயம்! இந்தக் கல்யாணக் கடுதாசியைப் பாருங்க.'

16

கணேஷும் வஸந்த்தும் காரில் சிவராஜின் கல்யாணத்தை நோக்கி சென்றுகொண்டிருந்தார்கள்.

‘என்ன செய்யப் போகிறான், பாஸ்?’

‘நீதான் சொல்லேன்!’

‘அவனுடைய துணிச்சலைப் பாத்திங்களா! இத்தனையும் செய்துவிட்டுக் கல்யாணம் செஞ்சிக்கிறான்! சேச்சச்சே! பொண்ணை நினைச்சா ஒரு மாதிரி இருக்குது. கல்யாணத்தைக் கலைச்சுடப் போறோமா?’

‘அதான் எனக்கு இப்ப டைலம்மா வஸந்த்! நீ சும்மா இரு, என்ன! நாம அங்கே போகலாம். லெட்ஸ் ப்ளே இட் பை தி இயர்.’

கார் போக்குவரத்து விளக்கில் தடைப்பட்டு நின்றுகொண்டிருந்தபோது சில கல்லூரிப் பெண்கள் கடந்து சென்றார்கள். வஸந்த் விசில் அடித்து, ‘பாத்திங்களா பாஸ்! அந்தப் பெண்கள் ஜீவராசின்னு பேர் போட்டு டி ஷர்ட் போட்டிருக்காங்க. பாடி இல்லாம!’

‘சரிதான்! என்ன கல்ச்சர்டா இது! ஒரு கொலைகாரன் ஹீரோ ஆய்டறான். வஸந்த், எனக்கு இன்னும் நம்பிக்கையில்லை. இந்த ஆள்தானா அது! லாஜிக் உதைக்குது. கல்யாணம் பொருந்தலை!’

'ரூம்ல போஸ்ட்டரைப் பார்த்தமே! அதைவிட நிரூபணம் தேவையா? இவன்தான்.'

'கொலை செஞ்சவன் மனசு எவ்வளவு சலனப்படும்! ஒவ்வொரு கணத்திலயும் போலீஸ் பூட்ஸ் ஒலியை எதிர்பார்த்துக்கிட்டு இருக்கிற சமயத்தில் கல்யாணமா?'

'தன்னைப் பிடிக்கவே முடியாதுன்னு அவ்வளவு தன்னம்பிக்கை இருக்கு அவனுக்கு.'

'இல்லை! அதோட வேற ஏதோ இருக்கு.'

கல்யாண வாசலில் மூன்று கார்கள் நின்றுகொண்டிருந்தன.

'இன்னிக்கா கால்யாணம்?'

'நாளைக்கு காலைல. மாப்பிள்ளை அழைப்பு நடந்துக்கிட்டிருக்கும். உள்ளே போகலாமா?'

'இரு! இங்கேயே நில்லு!'

தூரத்தில் நாதசுர ஒலி கேட்டது. பெட்ரோமாக்ஸ் விளக்குகள் தெரிந்தன. மெதுவாக அந்த ஆஸ்டின் கார் அவர்களை நெருங்கியது.

'அவாள்லாம் வந்துட்டா. ஆரத்தி கரைச்சுண்டு வாங்கோ.'

கணேஷும் வஸந்தும் ஓரத்தில் ஒதுங்கி நிற்க, கார் அவர்களைக் கடந்தது. சிவராஜ் குழந்தைகள் புடைசூழ நேர்ப்பார்வை பார்த்துக்கொண்டு உட்கார்ந்திருந்தான்.

'யார்?' என்றான் வஸந்த்.

'கயல் சொன்ன வர்ணனை பொருந்தறது. மீசை! சற்று ஒல்லியான தேகம்.'

'இவன்தான் பாஸ்! போலீசுக்குப் போன் பண்ணி வரவழைச்சுறலாமா?'

'இல்லை! இன்னும் இல்லை!'

சிவராஜ் வாசலில் நிற்க இரண்டு பெண்கள் ஆரத்தி எடுத்தார்கள். கெட்டி மேளம்! கெட்டி மேளம்! ஃப்ளாஷ். சிவராஜ் உள்ளே நுழைந்தான்.

‘வஸந்த், வா உள்ளே போகலாம்.’

உள்ளே சென்று சற்று பின்பக்கத்து நாற்காலிகள் இரண்டில் உட்கார்ந்தார்கள். மணமேடை அலங்கரிக்கப்பட்டு ஊஞ்சல் சங்கிலி தூக்கிக் கட்டப்பட்டு, பலவகைகளில் புதிய ஜமக்காளம் மடித்து, மணை அமைத்து, அதில் சிவராஜ் உட்கார, வனஜா வந்து ஒருமுறை சேவித்துவிட்டு அருகில் பவ்யமாக உட்கார்ந் தாள். சிவராஜைப் பார்த்து ஒரு தடவை சிரித்துக்கொண்டாள். அவள் கைகளில் மருதோன்றிக் கரைகள் தெரிந்தன.

‘புவர் கர்ல்’ என்றான் வஸந்த்.

‘லக்னப் பத்திரிகை சொல்லிடலாமா?’

கணேஷ் யோசனையில் இருந்தான். நேராக சிவராஜைப் பார்த் தான். எப்படிப்பட்ட மனிதன் நீ. உன்னைப் பார்க்கப் பார்க்க எனக்கு ஆச்சரியம்தான் அதிகமாகிறது.

‘நமஸ்ஸதஸே ப்ருதிவ்யை...’

மெல்ல வனஜாவிடம் ஏதோ சொல்கிறான். அருகில் பாலு வந்து ஏதோ சொல்லிச் சிரிக்கிறான்!

‘அஸேஷ ஹே பரிஷத் பவத் பாத மூலே மயா ஸமர்ப்பிதாம்...’

இன்னும் கல்யாணம் ஆகவில்லை. இப்போதே கலைந்துவிட்டால் சேதம் அதிகமில்லை. கலகங்கள் குறையும். ஒரு பெண்ணின் வாழ்க்கை காப்பாற்றப்படும். வனஜாவைப் பார்த்தான். கண்ணின் மை. தலை நிறையக் கதம்பம். கை நிறைய வளையல்கள். பெரிசாகப் பொட்டு. ஓ! பெண்ணே உன்னைக் காப்பாற்றிவிட உத்தேசம். முதலில் அந்த அதிர்ச்சியை நீ எப்படித் தாங்கிக் கொள்ளப் போகிறாய்! அவள் உதடுகள் மெலிதாக இருந்தன. அதில் வைராக்கியம் தெரிந்தது. அவள் பிடிவாதத்தில்தான் இந்தக் கல்யாணம் ஏற்பாடாகி இருக்கலாம் என்று தோன்றுகிறது.

‘வஸந்த், ஒரு காரியம் செய். ஓசைப்படாமல் அருகில் உள்ள ஏதாவது டெலிபோனுக்குச் சென்று உதவி கமிஷனர் சத்யநாதனிடம் பேசு. இல்லையென்றால் பெர்னாண்டஸ், பழனிவேலு யாரிடமாவது பேசு. ஜீவராசி என்கிற சிவராஜனைக் கண்டுபிடித்துவிட்டோம்; ஆர்ப்பாட்டம் இல்லாம ஆரவாரம் இல்லாம இந்த இடத்துக்கு வரச்சொல்லிடு.’

‘அவங்க நம்பலைன்னா?’

‘நம்பலைன்னா, நாம எப்படிக் கண்டுபிடிச்சோம்னு விவரமாச் சொல்லிடு. நம்புவாங்க. போலீஸ்காரங்க வர்றதா இருந்தா சற்றுத் தூரத்திலேயே நிறுத்திக்கங்கன்னு கேட்டுக்க. என்ன!’

‘சரி பாஸ்! நீங்க இருக்கிங்களா?’

‘எங்கேயும் போகமாட்டேன். மாப்பிள்ளையைச் சந்திக்கணும் இல்லே!’

வஸந்த் சென்றான்.

‘ஓ வித்வான்களது சபையே! தங்களது திருவடியில் ஏதோ கொஞ்சம் சுபர்ண தட்சிணை சமர்ப்பிக்கிறேன். அதை உயர்ந்த தட்சிணையாக தாம்பூலத்துடன் ஏற்றுக்கொண்டு எங்களுக்கு விவாஹம் செய்துகொள்வதற்கு ஏற்ற யோகத்தை உண்டாக வேண்டும் என்று அனுக்ரஹம் செய்யுங்கள்!’

பாலு, கணேஷிடம் வந்தான்.

‘சாப்பிடறிங்களா சார்! பந்தியில இடம் காலியா இருக்கு.’

‘இல்லிங்க, நான் அடுத்த பந்தியில சாப்பிடறேன்.’

‘என் பேர் பாலு. நீங்க சிவராஜ் ஃப்ரெண்டா?’

‘இல்லை. பெண் பக்கம்.’

‘அதானே, நான் உங்களைப் பார்த்ததில்லே. நான் சிவராஜுக்கு க்ளோஸ் ஃப்ரெண்ட்.’

‘அப்படியா! எனக்கு மாப்பிள்ளையை அறிமுகம் செஞ்சு வெக்கறிங்களா?’

‘ஓ.எஸ். ஃபங்க்ஷன் எல்லாம் முடியப் போறது. அப்புறம் செய்யறேன்.’

‘அவசரமே இல்லை.’

சாஸ்திரிகள், ‘இந்தப் புடைவையை மாத்தி உடுத்திண்டு வாம்மா’ என்றார். ‘பொண்ணுக்குத் தோப்பனார் எங்கே?’

மற்றொரு சாஸ்திரிகள் ஆசீர்வாதத்துக்கு மஞ்சள் அரிசியை வினியோகம் செய்துகொண்டிருந்தார். கணேஷின் கையில் அந்த அரிசி மணிகள் தாமாகவே வந்து விழுந்தன.

உள்ளே சென்ற வனஜா புதிய நீலத்தில் மறு புடைவை அணிந்து கொண்டு திரும்பிவந்து சேவித்துவிட்டு சிவராஜ் அருகில் உட்கார்ந்தாள். அழகான பெண். கண்களில் எதிர்பார்ப்பும் கனிவும் புன்னகையும் தெரிந்தன.

பெண்ணே! உன்னிடம் என்ன பொய் சொன்னான். எப்படிக் கழுத்தை நீட்டச் சம்மதித்தாய்? அவனல்லவோ கழுத்தை நீட்ட வேண்டியவன்!

அவர்கள் இருவரும் ஒன்றுசேர்ந்து சேவிக்க எல்லோரும் அட்சதை போட்டார்கள். கணேஷின் கையில் அந்த அரிசிகள் இன்னும் இருந்தன.

'நீ உள்ளே போய்டும்மா.' வனஜா சென்றாள்.

சிவராஜ் சுதாரித்துக்கொண்டு கோட்டைக் கழற்றி கையில் மடித்துக்கொள்கிறான்.

பாலு சிவராஜ் அருகில் சென்று கணேஷைக் காட்டிப் பேசுகிறான்.

அவர்கள் இருவரும் கணேஷிடம் வருகிறார்கள். பதற்றப் பட்டான். வருகிறான் வருகிறான், என்ன செய்வது? போலீஸ் வரும்வரை காத்திருப்பதா, இல்லை இப்போதே சொல்லி விடுவதா, என்ன செய்ய, என்ன செய்ய?

'இதான் மாப்பிள்ளை சிவராஜ், உங்க பேரு?'

'கணேஷ்.'

'கேள்விப்பட்ட பேரா இருக்கு.'

'காமன்ப்ளேஸ் நேம்' என்றான்.

சிவராஜ் கணேஷை நேராகக் கண்களில் பார்த்தான். சிவராஜின் கண்களின் தீர்க்கம் கணேஷைப் பாதித்தது. கண்களில் பொய் இல்லை. கண்களில் குற்றம் தென்படவில்லை. கொலைகாரர்களின் கண்களைப் பார்த்திருக்கிறான். இந்த ஆள் மிகவும் அழுத்தமுள்ள வன். கணேஷின் தேர்ந்த கண்களுக்குக்கூட ஒன்றுமே தெரியாதபடி எப்படி இவ்வளவு சுதாரித்த நிலையில் இருக்க முடிகிறது இவனால். ஜாக்கிரதை! ஆயுதமில்லாமல் வந்திருக்கிறேன்.

'நீங்க வனஜாவுக்கு உறவா?'

நிர்வாண நகரம் ♦ 147

'ஒருவிதத்தில... எனிவே கங்க்ராஜுலேஷன்ஸ்!' என்று அவன் கையைப் பிடித்துக் குலுக்கினான். சிவராஜின் கைப்பிடிப்பு இறுக்கமா இருந்தது.

'உக்காருங்க. சாப்பிட்டிங்களா?'

'இல்லை, அவசரமில்லை.' வஸந்த் ஏன் இன்னும் திரும்பி வரவில்லை?

கணேஷ்-சிவராஜ்.

எதிர் எதிரே இருவரும் தனியாக உட்கார்ந்திருந்தார்கள். வஸந்த் இன்னேரம் போன் பண்ணி முடித்திருப்பான். போலீஸ் இங்கே வர இன்னும் பத்து நிமிஷங்கள் ஆகுமா? அதிகப்படியாக பத்து நிமிஷங்கள் ஃப்ளையிங் ஸ்க்வாடுடன் வந்துவிடுவார்கள். இதுதான் சமயம். இதுதான். கல்யாணம் தீவிரமாக முற்றுவதற்குள் இதுதான்...'

'உங்கக்கிட்ட ஒரு விஷயம் சொல்லணும்! நான் பெண் வீட்டுக்கு உறவுக்காரனில்லை!' என்றான் கணேஷ்.

'நினைச்சேன். நீங்க பதில் சொல்றபோது பொய் கண்ணில தெரிஞ்சுது. பின்ன நீங்க யாரு?'

'நான் ஒரு லாயர்.'

'அப்படியா என்ன விஷயம்?' சிவராஜ் உஷாராவது கணேஷுக்குத் தெரிந்தது. கேர் ஃபுல்!

'நீங்கதான் ஜீவராசின்னு எனக்குத் தெரியும்!'

சிவராஜ் உறைந்தான். 'என்ன சொன்னிங்க? எனக்குப் புரியலை!'

'நல்லாப் புரியும் உங்களுக்கு, மிஸ்டர் ஜீவராசி!'

'என்ன சொல்றிங்க! ஜீவராசின்னா என்ன! வாட்ஸ் ஆல் திஸ்...'

'நீங்க பதில் சொல்றபோது பொய் கண்ணில தெரியுது!'

நிச்சயம் சிவராஜ் மாறிவிட்டான். திடீர் என்று உடம்பில் அத்தனை ரத்தமும் இழந்தாற்போல் அவன் கைகள் முதலில் நடுங்க ஆரம்பித்தன. எழுந்தான்.

அவன் கையைச் சட்டென்று பிடித்துக்கொண்டு, 'மிஸ்டர் சிவராஜ். இதை நாம கொஞ்சம் நளினமாச் செய்யலாம்னு

நினைக்கிறேன். நீங்க ஓடி நான் ஓடி தரையில் விழுந்து கட்டிப் புரண்டு ஓடிப் பிடிச்சு விளையாட வேண்டாம்னு தோணுது.' கணேஷின் கைப்பிடிப்பு அழுத்தமாக இருந்தது. 'உக்காருங்க! ஒரே அடியில் என்னால உங்களை உக்கார வைக்கவும் முடியும்!'

உட்கார்ந்தான். 'மை காட்! சரியான சமயம் பார்த்து வந்திருக்கிங்க!' சுற்றுமுற்றும் பார்த்தான். அருகில் யாரும் இல்லை. நாதசுரக்காரர்கள் தத்தம் வாத்தியங்களை உறையில் இட்டுக் கொண்டிருந்தார்கள்.

'நாளைக்குக் கல்யாணமா உங்களுக்கு!'

'மை காட்! போலீசுக்குத் தெரியுமா?'

'இன்னும் இல்லே!'

'எப்படிக் கண்டுபிடிச்சிங்க?' ஏதோ ஒரு குழந்தையின் ஆர்வம் தான் தெரிந்தது.

'நீங்க கணையாழியில எழுதின புதுக்கவிதை மூலமா.'

'அதில என்ன?'

'அதில பல மாடிக் கட்டடம். கம்ப்யூட்டர். இரண்டும் பற்றி செய்தி இருக்குது. அதை வெச்சுக்கிட்டு உங்க ஆபீசைப் புடிச்சோம். அதிலிருந்து உங்க அட்ரஸ், அதிலிருந்து உங்க கல்யாணக் கடுதாசி... அதிலிருந்து இங்கே...'

'க்ளவர்! வெரி க்ளவர். கங்க்ராஜுலேஷன்ஸ் மிஸ்டர் கணேஷ். கை கொடுங்க.'

கணேஷ் தயங்கினான்.

'பயப்படாதிங்க. என்கிட்ட துப்பாக்கி எதுவும் கிடையாது. கல்யாண மாப்பிள்ளைகிட்ட துப்பாக்கி இருக்குமா என்ன! ஒரு ஜீனியஸ் இன்னொரு ஜீனியஸ்ஸுக்குக் கை கொடுக்கக் கூடாதா! கம் ஆன்! நான் ஓடமாட்டேன்.'

இருவரும் கை குலுக்கினார்கள். அதே இறுக்கம் மறுபடி.

'இப்ப என்ன நடக்கும். அரெஸ்ட்டா?'

'ஆமாம்! ஸாரி, உங்க கல்யாணத்தில குறுக்கிட வேண்டி இருக்குது!'

'கவுண்ட் ஆஃப் மாண்டி கிறிஸ்டோ மாதிரி இல்லே?'

'ஸோ ஸாரி! ஆனா இந்தச் சமயம்தான் சரின்னு எனக்குத் தோணுது. கல்யாணம் ஆன பிற்பாடு விஷயம் இன்னும் தீவிரமா ஆய்டறது. மற்றொரு வாழ்க்கை பாதிக்கப்பட்டுடறது பாருங்க.'

'இருந்தாலும்... 'உங்ககிட்ட சிகரெட் இருக்கா?'

கணேஷ் அவனுக்கு சிகரெட் கொடுத்து அதைப் பற்ற வைத்தான். அவன் அதை மடக்கிக் குனிந்து ரகசியமாகப் பிடித்தான். 'கல்யாண வீட்டில சிகரெட் குடிக்கக்கூடாது. வனஜா அப்பா பார்த்தார்னா சப்தம் போடுவார்! சேச்சே! சூட் எல்லாம் சந்தனம் ஆய்டுச்சி!' பாவி, இதெல்லாம் இப்போது முக்கியமில்லைடா!

சிவராஜ் எழுந்தான். கணேஷும் எழுந்தான்.

'நான் தப்பிச்சு ஓடப் போறேன்னு நினைச்சுக்கிட்டுருக்கிங்களா? அவ்வளவு முட்டாள் இல்லே நான். இப்ப தப்பிச்சு என்னால எங்க ஓட முடியும். உக்காருங்க.'

வனஜா வந்தாள். 'இங்கே இருக்கிங்களா சிவா! எங்கெல்லாம் தேடறேன்! சாப்பிட வரலியா! மை காட்! மறுபடி சிகரெட்? நான் என்ன சொன்னேன். கல்யாணம் ஆனப்புறம் கம்ப்ளீட்டா நிறுத்திடணும்தானே!'

'கல்யாணம் ஆகலியே இன்னும். வனஜா, மீட் மிஸ்டர் கணேஷ். லாயர், ரொம்பப் புத்திசாலின்னு தெரிய வரது! இது வனஜா! என் மனைவியா ஆக நினைக்கிறவ!'

'ஆக நினைக்கிறவ! என்னல்லாம் பேசறிங்க சிவா? இப்ப நீங்க சாப்பிட வரிங்களா, இல்லையா?'

'இல்லை வனஜா. இவர்கூடக் கொஞ்சம் முக்கியமாப் பேச வேண்டி இருக்கு. நீ போ!'

'அப்படி என்ன முக்கியமான விஷயம்? நான் கேக்கலாமா?'

'அப்புறம் சொல்றேன் வனஜா, நீ போ!'

'சீக்கிரம் வந்துடுங்க...' என்று சென்றாள்.

'ஸ்வீட் கர்ள் இல்லே?' என்றான் சிவராஜ். 'மிஸ்டர் கணேஷ், உங்ககிட்ட ஒரு வேண்டுகோள். என்னைப் போலீஸ்கிட்ட ஒப்படைக்கிறதுக்கு முன்னால எனக்குக் கொஞ்சம் அவகாசம் கொடுக்க முடியுமா உங்களாலே?'

‘எதுக்கு?’

‘கல்யாணம் பண்ணிக்கறதுக்கு...’

‘என்ன சொல்றிங்க நீங்க?’

‘இந்தக் கல்யாணம் மட்டும் தடைப்படாம பார்த்துக்க முடியுமா உங்களால?’

‘யூ மீன். இது எல்லாத்துக்கப்புறமும் நீங்க கல்யாணம் பண்ணிக்க விரும்பறிங்களா? மை காட்! நீங்க செஞ்ச மூன்று குற்றத்துக்கும் உங்களுக்கு மரண தண்டனை கிடைக்கும். தெரியுமா?’

‘நான்தான் கொன்னேன்னு என்ன ஆதாரம் இருக்கு?’

‘கவலைப்படாதீங்க. ஆதாரம் கொண்டு வந்துடுவாங்க! ஆனா நீங்கதான்னு தெரிஞ்சப்புறம் கேஸே வேற மாதிரி ஆய்டும். மிஸ்டர் சிவராஜ். நான் இந்தக் கேஸை சுருக்கமா, சேதமில்லாம முடிச்சுடணும்னு விரும்பறேன். கல்யாணம் செஞ்சுண்டு காம்ப்ளிகேட் பண்ணாதிங்க, பாவம் அந்தப் பொண்ணு...’

‘நான் உங்களை இப்பவே கொன்னுடறேன்னு வெச்சுக்கங்க...’ என்று சிரித்தான். சிரிக்கிறான்!

‘செய்ய மாட்டிங்க. எனக்குத் தெரியும். ஒன்று, உங்களுடைய உடல் பலம் போதாது. இரண்டு இவ்வளவு பேர் முன்னிலைல நீங்க செய்ய மாட்டிங்க. அது உங்க முறையில்லை. மூன்று, உங்கக்கிட்ட ஆயுதம் இல்லே!’

‘மிஸ்டர் கணேஷ், என்கிட்ட இருக்கிற ஒரே ஆயுதம் என் மூளை. உங்களுக்கும் எனக்கும் ஒரு செஸ் ஆட்டம் இன்னும் முடியலை. உங்க இந்த மூவ் ரொம்ப நல்லா இருக்கு. கல்யாணத்துக்கு முன்னாடியே அரெஸ்ட் பண்ணி சேதத்தைக் குறைக்கிறது நல்ல மூவ். ஆனா அது சிறந்த ஆட்டமில்லை மிஸ்டர் கணேஷ். நீங்க தெரிஞ்சுண்டது நிறைய. ஆனா உங்களுக்குத் தெரியாதது அதை விட இன்னும் நிறைய. நானாச் சொல்றதைவிட நீங்களாத் தெரிஞ்சுக்கறிங்களான்னு பார்க்கறேன். அடுத்த மூவுக்கு பதினஞ்சு நிமிஷம் கொடுக்கிறேன். யோசிங்க! திங்க் மேன் திங்க்! ரெண்டு பேர்ல யாரு கெட்டிக்காரன்னு பார்த்துறலாம்’ என்றான் சிவராஜ்.

17

சிவராஜ் கணேஷைப் பார்த்துப் புன்னகை செய்தான். 'உங்க அனுமதி இருந்தா உள்ளே போய் இந்த சூட்டைக் கழட்டி வெச்சுட்டு வேஷ்டி மாற்றிக் கொண்டு வந்துடறேன். அப்படியே சுவரேறிக் குதிச்சு தப்பிச்சுருவேன்னு உங்களுக்குச் சந்தேகம் இருந்தா நீங்க என்கூட வரலாம். எங்கே போக முடியும்?'

அவன் வார்த்தைகளில் வஞ்சனை இல்லை. தந்திரம் இல்லை. 'நீங்க போங்க!' என்றான்.

'முழுக்கத் தெரிஞ்சுக்கறதுக்கு முன்னாடி போலீசுக்கு சொல்லிடாதிங்க, ப்ளீஸ்!'

டூ லேட் சிவராஜ்! சொல்லியாகிவிட்டது! சிவராஜ் கல்யாண வீட்டுக்குள் நுழைந்தான்.

அவனை அனுப்பியது முட்டாள்தனமா? பின்புறமாக அவன் தப்பிக்க முடியாதா?'

முடியாது. ஆள் அடையாளம் கண்டுகொண்டபின் இனி ஏது தப்புதல்? எப்படி ஓட முடியும். ஜில்லா ஜில்லாவாக வேட்டையாடி விடுவார்கள். ஓட மாட்டான். ஓடுகிற ஜாதியாகத் தெரியவில்லை. கணேஷின் உள்ளுணர்வு சொல்கிறது. ஏறக்குறைய இந்தக் கணத்துக்குத் தயாராக இருக்கிறான். என்ன சொல்கிறான். நான் இனித் தெரிந்துகொள்ள

வேண்டியது என்ன இருக்கிறது? இவன்தான். அதில் சந்தேகமே இல்லை. இவன்தான் கமிஷனருக்குக் கடிதம் எழுதிய ஜீவராசி.

'நீங்க தெரிஞ்சுண்டது நிறைய. ஆனா உங்களுக்குத் தெரியாதது அதைவிட நிறைய.'

'என்ன தெரியவேண்டும்?'

'திங்க் மேன்! திங்க்!'

'கார்ப்போவ்: கோர்ச்னாய் உங்கள் அடுத்த மூவ்.'

என்ன அர்த்தத்தில் இப்படிச் சொல்லிவிட்டுப் போனான். இதோ போலீஸ் வரப்போகிறார்கள். இனிமேல் அவர்களே யோசித்துத் தீர்த்துக்கொள்ளட்டும். இனி நமக்கென்ன? ஜீவராசி யார் என்று கண்டுபிடித்து போலீஸ் வசம் ஒப்படைத்தவுடன் கடமை முடிகிறது. ஆட்டம் க்ளோஸ். முற்றும்.

அவ்வளவுதானா, அவன் கண்களில் ஒளிரும் குறும்புக்கு என்ன அர்த்தம். விட்ட சவாலுக்கு என்ன அர்த்தம். எங்கே இந்த வஸந்த்?

கல்யாண மண்டபம் காலியாக இருந்தது. நன்றாகத் தின்ற சாஸ்திரிகள் காக்கிப் பையுடன் ஒரு ஓரத்தில் வந்து உட்கார்ந் திருந்தார். 'விடிகார்த்தாலே முகூர்த்தம். நாலு மணிக்கு எழுந்து குளிச்சாகணும்' என்று இன்னொரு சாஸ்திரியிடம் சொல்லிக் கொண்டிருந்தார்.

முதல் கடிதம் எப்போது வந்தது?

ஜட்ஜ் இறந்துபோனபின்.

அடுத்து?

ஏறக்குறைய உடனே.

என்ன சொன்னது?

அடுத்தது டாக்டர் என்று.

டாக்டர் எப்போது கொல்லப்பட்டார்?

ஒரு மாதம் கழித்து.

ஒரு மாதம் கழித்து?

மை காட்! அடுத்தது?

அழகரசன்.

அவர் எப்படிக் கொல்லப்பட்டார்?

இன்னும் தெரியவில்லை.

இன்னுமா தெரியவில்லை. ஏன்?

ஓ! இப்படி இருக்கலாமா!

இப்படித்தான் இருக்குமா!

திங்க்!

கணேஷின் மூளைக்குள் சக்கரங்கள் ஒலித்தன.

ஐந்து நிமிஷம் அவன் நெற்றிப் புருவங்கள் சுருங்கி வேதனைப் பட்டன. ஆறாவது நிமிஷம் அவை சிக்கலிலிருந்து விடுபட ஏழாம் நிமிஷம் கணேஷ் புன்னகைக்க ஆரம்பித்தான்.

தன் தலையில் தட்டிக்கொண்டான். சிம்பிள்! இது தெரியாமல் என்ன விபரீதம் செய்துவிட்டேன்.

வஸந்த் திரும்பி வந்தான்.

'டெலிபோன் பண்ணிட்டியா வஸந்த்?'

'பண்ணேன் பாஸ்! சத்யநாதன், பெர்னாண்டஸ், பழனிவேல் மூணு பேருமே ஊர்ல இல்லே. ஒருத்தர் கோயமுத்தூர் போயி ருக்கார். மத்த ரெண்டு பேர் பம்பாய் போயிருக்காங்க.'

'அப்ப நீ இன்னும் போலீசுக்கு சொல்லலியா?'

'இன்னும் இல்லை. கமிஷனர் ஆபீசுக்குப் போன் பண்ணேன். அவரும் கிடைக்கலை. வேற யாருக்குச் சொல்றதுன்னு உங்களைக் கேட்கலாம்னு வந்தேன்.'

'வேற யாருக்கும் சொல்ல வேண்டாம். முட்டாளே, கம்முனு இரு. வஸந்த், அவுங்க எதுக்காக கோயமுத்தூர் பம்பாய் போயி ருக்காங்கன்னு விசாரிச்சியா?'

‘ஏதோ ஜீவராசி கேஸ்களில் ஒரு ஸ்கூப், ஒரு அரஸ்ட்னு சொன்னாங்க. அடப்பாவி கோயமுத்தூருக்கும் பம்பாய்க்கும் எதுக்குடா போகணும் முட்டாள்களே. ஆசாமி இங்கேயே இருக்கான்னு நினைச்சுண்டேன்.’

‘அவுங்க அவ்வளவு முட்டாள்கள் இல்லே வஸந்த்.’

‘அ, அப்புறம் மெயில்ல என் ஃப்ரெண்டு ஒருத்தன் இருக்கான். அவனுக்கும் போன் பண்ணி என்னடா விஷயம்னு கேட்டேன். விநோதமா ஒண்ணு சொன்னான். அழகரசன் போஸ்ட்மாட்டம் ரிப்போர்ட்டை இன்னிக்குத்தான் ரிலீஸ் பண்ணாங்களாம். அவன் இறந்துபோனது எதனால தெரியுமா? ப்யூர் அண்ட் சிம்பிள்.’

‘ஹார்ட் அட்டாக்கா?’

‘அட உங்களுக்குத் தெரியுமா?’

‘இப்ப எல்லாம் தெளிவாறது வஸந்த்!’

‘எனக்கு இப்பத்தான் எல்லாம் குழப்பமாறது.’

‘முட்டாள்! கேள்! இப்ப அந்த போலீஸ் ஆபீசருங்க கோயமுத்தூருக்கும் பம்பாய்க்கும் எதுக்கு போயிருக்காங்க தெரியுமா? கைது செய்ய! யாரை? கொலை செஞ்சவங்களை. ஜட்ஜைக் கொலை செஞ்ச அந்தப் பழைய கைதியை, அப்புறம் டாக்டரைத் தள்ளிவிட்டானே அந்த வேலைக்காரனை!’

‘அப்ப ஜீவராசி?’

‘ஜீவராசி இந்தக் கொலைகளைச் செய்யலைடா முட்டாளே!’

‘என்ன?’

‘சரியான கிராக்குடா நீ! இவ்வளவு சிம்பிளான விஷயம் இன்னும் புரியலையா உனக்கு! சொல்றேன். சிவராஜ் ஒரு சாதாரண இளைஞன். அவன் செஞ்ச ஒரே குற்றம் கமிஷனருக்கு அந்தக் கடிதங்களை எழுதினது. அவ்வளவுதான். ஜட்ஜ் கொலை செய்யப்பட்டதைப் பேப்பர்ல பார்த்தப்புறம் ‘நான்தான் கொன்னேன்’னு ஜீவராசின்னு பேர் போட்டுக் கடுதாசி எழுதினான். ஜட்ஜ் கொலை நடந்த பிறகு!’

‘சும்மா ஒருத்தன் அப்படி எழுதுவானா?’

'அவன் ஒருவிதத்தில் போலீசோட கண்ணாமூச்சி விளையாட விரும்பியிருக்கான். தன் பேர் பேப்பர்ல வரட்டுமுன்னு... இந்த நகரத்தைக் கொஞ்சம் கலக்கலாமேன்னுட்டு. எப்படியும் எழுதினது கொலை நிகழ்ந்ததுக்கு அப்புறம். அதனால் என்ன ஆச்சு? போலீஸ் பாதை திரும்பிடுச்சு. சரியான பாதையில்- பழைய தப்பித்த கைதி ஒருத்தன்தான் அந்தக் கொலையை செஞ்சிருக்கானு போற பாதையிலிருந்து இவன் கடிதம் ரூட்டை மாத்திடுச்சு. இவனைத் தேட ஆரம்பிச்சுட்டாங்க!'

'ஆனா! அடுத்தது ஒரு டாக்டர்னு முன்னறிவிப்பு செஞ்சு ஒரு டாக்டரை கொன்னிருக்கானே!'

'முன்னால அறிவிச்சது சரி. அறிவிச்சப்புறம் எத்தனை நாள் ஆகியிருக்குது பார் அந்த டாக்டர் சம்பவம் நிகழ! ஒரு மாதத்துக்கு மேல! என்ன அர்த்தம்?'

'யூ மீன், அடுத்தது ஒரு டாக்டர்னு சொல்லிட்டு ஒரு டாக்டர் சாவற வரைக்கும் காத்திருந்து, அதன் பின் பாத்தியா நான்தான் செய்தேன்னு சொல்லியிருக்கானா?'

'எக்ஸாக்ட்லி.'

'எப்படி பாஸ்! அந்த டாக்டர் ஃப்ளாட்லயே கடுதாசி இருந்ததாமே.'

'அது சம்பவம் நிகழ்ந்த நாள் கிடைக்காம மறுநாள்னா கிடைச்சது! அப்புறம் பாரு. அடுத்தது அழகரசன். அழகரசனுக்குக் கடிதம் எழுதிப் போட்டுட்டு அவரைப் பார்க்கப் போயிருக்கான். எனக்குக் கல்யாணம் ஆகப் போறது; எல்லாம் விளையாட்டுக்குத்தான்னு சொல்லக்கூட அவன் அங்கு போயிருக்கலாம். அவர்...'

'ஏற்கெனவே ஹார்ட் பேஷண்ட்! இவனைப் பார்த்த பயத்தில் மறுபடி ஹார்ட் அட்டாக் வந்து பொசுக்குன்னு போய்ட்டார். ஆமாம் பாஸ். அதுகூடச் சாத்தியம்தான்!'

'இத்தனை நாள் போலீசும் கொலை செஞ்சுது ஜீவராசின்னுதான் நினைச்சிக்கிட்டிருக்காங்க. அழகரசனோட போஸ்ட்மார்ட்டம் ரிப்போர்ட்டைப் பார்த்ததும் இந்த சாத்தியம் அவுங்களுக்கும் உறைச்சிருக்கும். பழைய பாதையைத் தீவிரமாத் தொடர ஆரம்பிச்சுட்டாங்க!'

'புரியுது! அப்ப இந்த ஆள் செய்த குற்றம் என்ன?'

'போலீசோட விளையாடினது, பாவலா காட்டினது, கண்ணா மூச்சி விளையாடினது, வரான் பாரு!'

சிவராஜ் ஜரிகை வேஷ்டி அணிந்துகொண்டு அதன் மேல் டெரிகாட் சட்டை அணிந்துகொண்டு வந்தான். 'என்ன மிஸ்டர் கணேஷ், யோசிச்சிங்களா?'

'மிஸ்டர் சிவராஜ், ஒரே ஒரு கேள்வி - ஏன்?'

'என்ன ஏன்?'

'ஏன்? இப்படி போலீசை மிஸ்லீட் பண்ணிங்க? வீணா பாவலா காட்டினிங்க. எதுக்காக? அவ்வளவுதான் தெரியணும் எனக்கு.'

'அப்பன்னா நான் அந்தக் கொலைகளை...'

'...செய்யலை.'

திடீர் என்று சிவராஜ் பிரகாசமடைந்தான். 'ஓ க்ரேட்! க்ரேட்! நீங்க நிஜமாவே பெரிய ஆளு! எப்படிக் கண்டுபிடிச்சிங்க?'

'லாஜிக்! கல்யாணம் பண்ணிக்கிறதுக்கும் அந்த கொலைகளுக் கும் ஒத்து வரலை, அங்கிருந்து ஆரம்பிச்சேன். ஆமா எதுக்காக விளையாட்டு?'

'போலீசுக்குச் சொல்லிட்டிங்களா?'

'இல்லை. இன்னும் இல்லை.'

சிவராஜ் மார்பைப் பிடித்துக்கொண்டு அமர்ந்தான். 'அப்பாடா! சொல்றேன். உக்காருங்க மிஸ்டர்! நீங்கதான் உஸ்தாத். ஹாட்ஸ் ஆஃப் டு யூ!'

'அது கிடக்கட்டும். நான் கேட்ட கேள்விக்குப் பதில்?'

'சொல்றேன், சொல்றேன். ஒரு நாள் மே மாசம்னு நினைக் கிறேன். ரொம்ப டிஸ்டர்ப்டா இருந்தேன். என்னடா என்னை மாதிரி ஒரு புத்திசாலிக்கு இந்த நகரத்தில் வாழ்வு இல்லை பாத்தியா, சந்தர்ப்பம் இல்லை பாத்தியான்னு இந்த நகரமே என்னை ஒரு புழுவா, பூச்சியா மதிக்குது. இதை மாத்தி மொத்த

நகரத்தையும் என்னைப் பற்றிப் பேச வெச்சா என்னன்னு விபரீதமா ஒரு ஐடியா தோணித்து. ஒரு இண்டர்வியூக்குப் போய் தோத்துட்டு வெளில வந்தேன்.

'ஜட்ஜ் கொலையைப் பத்தி பேப்பர்ல பார்த்தேன். உடனே கமிஷனருக்குக் கடிதாசி எழுதி செய்தித்தாளுக்கும் பிரதி அனுப்பிச்சுட்டேன்! என் முதல் கடிதத்தை போலீஸ் புறக்கணிச் சுட்டாங்க. கோவம் வந்து மற்றொரு கடுதாசி எழுதினேன். அடுத்தது ஒரு டாக்டர்னு. அப்புறம் ஒரு டாக்டர் சாகறவரைக் கும் காத்திருந்தேன். வேலைக்காரன் திருடப் பார்த்திருக்கான் போல. அவர் திரும்பி வந்துட கைகலப்புல சொத்துனு விழுந் திருக்காரு! நான் அந்த மரணத்தைப் பயன்படுத்திக்கிட்டு மறு தினம் அங்கே போய் ஒரு ஜீவராசி கடுதாசியைச் செருகிட்டு பேப்பர்களுக்கும் எழுதிப்பிட்டேன்.

'ஊரு கலகலத்துப் போச்சு. அப்புறம் போஸ்டர் அடிச்சேன். அந்த போஸ்டர்லே இருந்து ஏறக்குறைய கண்டுபிடிச்சுட்டாங்க. பிரஸ்ல விசாரிக்க வந்துட்டாங்க. மயிரிழையில் தப்பிச்சுட்டேன். அதுக்கு முன்னாலேயே அழகரசனுக்கு கடுதாசி எழுதிப்பிட் டேன். நடுவில இந்தக் கலயாணச் சிக்கல் வந்துடவே நேரா அழகரசன்கிட்ட போய் எல்லாம் விளையாட்டு, கவலைப்படா திங்கன்னு சொல்லிட்டு வந்துறலாம்னு போனா அந்த ஆளுக்கு என்னைப் பார்த்துப் பயந்து அபாப்ளெக்ஸி வந்துடுத்து. நானும் பயந்து வெளியே ஓடி வந்துட்டேன்!

'காலைல அவர் இறந்த செய்தியைப் பார்த்தேன். ஆஸ்பத்திரியில் போய் லஞ்சம் கொடுத்து விசாரித்ததில் அவர் ஹார்ட் அட்டாக்கில் இறந்திருக்கார்னு தெரிய வந்தது. 'அப்பாடா தப்பிச்சோம். இனி இந்த விளையாட்டு வேண்டாம். இனி நம்மை யாரும் தேடிண்டு வரமாட்டாங்க'ன்னா நீங்க வந்துட்டிங்க! புதுக்கவிதை காட்டிக் கொடுத்துடுச்சு!

'மிஸ்டர் கணேஷ், நான் இந்த நகரத்தை நிர்வாணமாக்க முயன் றேன்! நிர்வாணம்னா எக்ஸ்போஷர். எங்கேயோ மூலையில் ஒரு பூச்சியா எறும்பா இருந்தவனை... ஒரு அநாமதேயத்தை இந்த நகரம் பேச, ஏன் கொண்டாடக்கூட ஆரம்பிச்சுடுச்சு பாருங்க. அவுங்களுக்கு வேண்டியது சென்ஷேன். என்னைப்பத்தி அசெம் பிளியில் பேசினாங்க. லாவணி பாடினாங்க. பெண்கள் டி ஷர்ட்டிலே ஏத்துக்கிறாங்க... பஸ் ஸ்டாண்டு, ரயில், செய்தித்

தாள்கள் எங்கும் என்னைப் பத்தித்தான் சென்ற மூன்று மாசமாப் பேசிக்கிட்டிருந்தாங்க. என்ன ஒரு கல்சுரல் அபர்ரேஷன் பாருங்க! நகரத்தை நான் என்னுடைய முறையிலே பழி வாங்கறது, கேலி செய்யறது, திருப்பித் தரது குற்றமா, சொல்லுங்க.'

'என்ன வஸந்த், குற்றமா?'

'ஆமாம் பாஸ்! ஃபால்ஸிஃபிகேஷன், வாண்டன்லி மிஸ்லீடிங் தி போலீஸ், எல்லாம் சேர்ந்து இரண்டு மூணு வருஷம் கிடைக்கும். அபயங்கர் வர்சஸ் தி ஸ்டேட் ஆஃப் பீஹார்னு இது மாதிரிதான் கேஸு, மூணு வருஷம் குடுத்தார்... ஏ.ஐ.ஆர் 1970லே...'

'நான் தயார். நீங்க போலீஸ்கிட்டச் சொல்லலாம். மிஸ்டர் கணேஷ்!'

கணேஷ் யோசித்தான். 'வேண்டாம். உங்களுக்குத் தண்டனை கிடைச்சுடுச்சு.'

'என்ன?'

'கல்யாணம். அது போதாதா மிஸ்டர் சிவராஜ். உங்க கல்யாணத்துக்கு ஒரு அன்பளிப்புதான் தரப்போகிறேன். உங்களை நான் போலீசுக்கு காட்டிக் குடுக்கப் போறதில்லை. அவுங்களைப் பொருத்தவரையிலும் இப்ப ஜீவராசிங்கறது ஏதோ நடுவில புகுந்து குட்டையைக் குழப்பின கிராக்! மன்னிக்கவும். கிராக்குத்தனம்தான் இப்படி எல்லாம் லெட்டர் எழுதறதும் விளையாடறதும்.

'இந்த நகரத்தைப் பொருத்தவரையிலும் ஜீவராசி துணிச்சலான ஆசாமி. எட்டடி தாண்டிக் குதிப்பான். உயரமா இருப்பான். நீல நிற முகமூடி! விழியிழந்தோர் பள்ளிக்கும் சரணாலயத்துக்கும் புதுக்கவிதைக்கும் பணக்காரர்களை பயமுறுத்தி நன்கொடை வாங்கிக்கொடுக்கிற நவீன ராபின் ஹுட்! இந்த ராபின் ஹுட் இமேஜ்தான் தங்கியிருக்கும். கொஞ்சநாள் போனா ஜீவராசிங்கறது ஒரு லெஜண்ட் ஆகி பிளாட்பாரத்தில சின்னதா ஒரு கோயில் கட்டினாலும் கட்டுவாங்க.

'மறுபடி உங்க பேரை ஜம்புள் பண்ணிட்டு சிவராஜா மாறிடுங்க. போங்க. போய்க் கல்யாணம் செஞ்சுகிட்டு சுகமா இருங்க! இனிமே இந்தப் பைத்தியக்கார வேலை செய்யாதிங்க!'

'தாங்க் யூ மிஸ்டர் கணேஷ்! இந்த ஆட்டத்தில் நீங்க ஜெயிச் சிட்டிங்க!'

'இனிமே விளையாடாதிங்க, விஷம்!'

பாலு, வனஜா, வனஜாவின் தங்கை மூவரும் வந்தார்கள்.

வனஜா, 'உங்க பேச்செல்லாம் முடிஞ்சாச்சுன்னா சாப்பிட வரலாம்' என்றாள்.

'வாங்க மிஸ்டர் கணேஷ்' என்றான் சிவராஜ்.

'வரேன்' என்றான்.

வஸந்த் வனஜாவின் தங்கையிடம் 'நீங்க என்ன படிக்கிறீங்க?' என்றான்.

'ஏற்கெனவே நான் கேட்டாச்சு, பதில் வரலை' என்றான் பாலு.

'உங்களுக்கு பதில் வராது. உங்களுக்குத் தலைமயிர் போதாது. என்ன மிஸ்?' என்றான் வஸந்த்.

'பி.ஏ.' என்றாள் வனஜாவின் தங்கை சிரித்துக்கொண்டே..

'எத்திராஜா?'

'இல்லை. க்யூ.எம்.சி.'

'என் சிஸ்டர்கூட க்யூ.எம்.சி.தான்.'

வஸந்துக்கு விவஸ்தையே கிடையாது.